गप्पांगण

I0526535

द. मा. मिरासदार

मेहता पब्लिशिंग हाऊस

GAPPANGAN by D. M. MIRASDAR

गप्पांगण : द. मा. मिरासदार / विनोदी कथासंग्रह

द. मा. मिरासदार
    १२६०, अक्षय सहनिवास, तुळशीबागवाले कॉलनी,
    सहकारनगर नं.२, पुणे - ४११००९.

© सुनेत्रा मंकणी

प्रकाशक   : सुनील अनिल मेहता, मेहता पब्लिशिंग हाऊस,
             १९४१, सदाशिव पेठ, माडीवाले कॉलनी,
             पुणे – ४११०३०. ℂ ०२०-२४४७६९२४
             Email : info@mehtapublishinghouse.com
             Website : www.mehtapublishinghouse.com

अक्षरजुळणी : इफेक्ट्स,२१/६ब, आयडिअल कॉलनी, कोथरूड, पुणे – ३८.

मुखपृष्ठ   : शि. द. फडणीस

प्रकाशनकाल : १९८५ / १९८९ / १९९७ / २००७
             मेहता पब्लिशिंग हाऊस, पुणे यांची पाचवी आवृत्ती : मार्च, २०११ /
             ऑक्टोबर, २०११ / एप्रिल, २०१३ /
             पुनर्मुद्रण : जानेवारी, २०१५

ISBN for Printed Book 978-81-8498-224-4

ISBN for E-Book 978-81-8498-633-4

मराठी कथेत मन्वंतर घडवून आणणारे
ज्येष्ठ लेखक

श्री. गंगाधर गाडगीळ

यांना –

त्यांच्या मैत्रीचा मला अभिमान वाटतो.

प्रस्तावना

'गप्पांगण' हे नियमित सदर मे १९८३ पासून एप्रिल १९८४ अखेर, म्हणजे एक वर्षभर मी केसरीसाठी लिहीत होतो. त्याचे श्रेय केसरीच्या रविवार आवृत्तीचे संपादक श्री. प्रसन्नकुमार अकलूजकर यांना दिले पाहिजे. त्यांच्या आग्रहामुळे मी हे नियमित लेखन करण्यास प्रवृत्त झालो. एखादे हलके-फुलके, नियमित सदर रविवारच्या केसरीत सुरू करावे, या संपादकीय धोरणातून हे काम माझ्याकडे आले. हे कार्य मी बऱ्यापैकी करू शकेन, असे त्यांना वाटले असावे. त्यांनी माझ्यावर टाकलेल्या या विश्वासाबद्दल त्यांचे मन:पूर्वक आभार मानले पाहिजेत.

'गप्पांगण' हा नवा शब्द मला खूप दिवसांपूर्वी सुचला होता. पण एखाद्या नियमित सदरासाठी हा शब्द उपयोगी पडेल असे मात्र त्या वेळी वाटले नव्हते. केसरीतून लेखन करण्याचे ठरल्यावर हा शब्द मला एकाएकी आठवला आणि त्या सदराला तो चपखल बसला. या सदरातून केलेले लिखाण हे वाचकांशी केलेल्या गप्पागोष्टींसारखे आहे, निदान असावे अशी माझी भूमिका. म्हणून यात विषयाचे बंधन, अमूक एक सूत्र असे काही ठेवले नाही. जसे विषय सुचले तसे लेखन केले.

म्हणून यात लहानपणच्या गावाकडच्या आठवणी आहेत. अलीकडच्या काळातील काही चटकदार अनुभव आहेत. इतकेच नव्हे तर एखादा गंभीर पण लक्षणीय अनुभवही क्वचित सांगितला आहे. मूळ सदरात एकूण पंचवीस लेख प्रसिद्ध झाले. त्यातील काही स्थलाअभावी या पुस्तकात बाजूला ठेवावे लागले. इतरत्र केलेले काही लेखनही 'गप्पांगण'मध्ये बरोबर बसणारे होते. त्यातील बरे वाटणारे काही लेख या पुस्तकात समाविष्ट केले आहेत.

'गप्पांगण' लिहीत होतो तेव्हा ठिकठिकाणी वाचक भेटत आणि त्यातील काही लेखांचा आवर्जून उल्लेख करीत. एकूण आपले बरे चालले आहे असे त्यावरून मला वाटले. आता हे सर्व लेखन पुस्तकरूपाने प्रसिद्ध होत आहे. ते वाचकांना निदान वाचनीय वाटेल अशी आशा आहे.

वर्षप्रतिपदा, १९८५   **द. मा. मिरासदार**

अनुक्रम

सिनेमाचे दिवस

हल्ली मी नुसता लेखक नाही. चित्रपटकथा-लेखकसुद्धा आहे. मी लिहिलेला चित्रपट केव्हातरी चित्रपटगृहात झळकतो. लेखक म्हणून सन्मानपूर्वक बोलावणे येते. काही वेळेला त्या चित्रपटाशी माझा काही संबंध नसतोही. पण तरीसुद्धा धंद्यातला माणूस म्हणून निमंत्रण येते. बाल्कनीत या व्यवसायातील प्रतिष्ठित मंडळी बसलेली असतात. नटनटीसुद्धा असतात. त्यांच्याशी गप्पागोष्टी करीत, मध्यंतरात एखादे शीतपेय पिऊन तो चित्रपट पाहतो. लोकांच्या गर्दीतून वाट काढीत काढीत बाहेर पडतो. नटनटींइतके काही लेखकाला कुणी ओळखीत नाही. पण तरीही ओळखणारी मंडळी भेटतात. कुतूहलाने पाहतात. एखाद्या वेळी त्यांच्या मुद्रेवर कौतुकाचा भावही असतो... ते पाहता पाहता माझे मन एकदम मागेमागे जाते. लहानपणचे दिवस आठवतात. अनेक गमतीदार आठवणींचे मोहोळ मनात लागते. मग माझे मलाच खूप हसू येऊ लागते.

विद्यार्थीदशेतले दिवस म्हणजे, खरे सिनेमाचे दिवस. पंढरपूरला मी शाळेत शिकत होतो, तेव्हा अभ्यासापेक्षा सिनेमाचे आकर्षण फार! 'चित्रपट गृह', 'चित्रमंदिर' असले सुसंस्कृत, भारदस्त शब्द त्या काळी नव्हते. 'थेटर' हा एकच सुटसुटीत शब्द. 'अकबर' आणि 'न्यू अकबर' अशी निधर्मी नावे असलेली दोन थेटरे त्या वेळी गावात होती. बाहेरच्या शोकेसमध्ये नवीन सिनेमाची चित्रे लागायची. आम्ही पोरे ती तासन् तास पाहत उभी राहायचो. काही नट्यांची चित्रे इतकी छान असायची (त्या वेळेचा शब्द म्हणजे हायक्लास) की, हा सिनेमा पाहिलाच पाहिजे असे फार फार वाटायचे. प्रत्येक सिनेमा हा पाहण्यासारखा असतोच, असे माझे त्या वेळी प्रामाणिक मत होते. अर्थात घरातील वडीलमंडळींचा याबाबतीत मतभेद असल्यामुळे अधिकृतपणे एखादाच सिनेमा पाहायचा. बाकीचे चोरून पाहायचे – पण पाहायचे आणि बॅकलॉग भरून काढायचा. त्यासाठी मग बरीच धडपड करावी लागे. घरातली किंवा नातेवाइकांच्या घरची रद्दी पळवून, ती एखाद्या दयाळू दुकानदाराला गुपचूप विकायची. सिनेमा पाहण्यासाठी असे भांडवल उभे करायचे. कधी कधी आत जायच्या दाराशी दबा

धरून बसायचे आणि डोअरकीपरची नजर चुकवून सरळ आत घुसायचे असा गनिमी कावाही मी कधी कधी लढवला आहे. रात्रीच्या खेळाला मध्यंतरानंतर आत सोडताना पुन्हा पास बघत नसत. त्याचा फायदा घेणे ही तर क्रमप्राप्तच गोष्ट होती. 'अर्धं त्यजति पण्डित: अर्धेन कुरुते कार्यम्' असे सुभाषित तोंडात घोळवीत आम्ही शहाजोगपणे आत जात असू.

पण खरी मजा यायची ती रविवारी. त्या वेळी रविवारी दुपारी तीन वाजता जादा खेळ असे. एक तर दुपारचा सिनेमा. घरी कळण्याची – घातपात व्हायची अजिबात शक्यता नाही. सगळ्यात महत्त्वाची गोष्ट म्हणजे या जादा खेळाला शेवटचा दर एक आणा असायचा. एकदम निम्मा दर. एरवी दोन आणे, तीन आणे, चार आणे अशी विभागणी होती. चार आण्यात वर माडीवर खुर्च्या होत्या. तिथे जी मंडळी बसत, त्यांचा मला नेहमीच हेवा वाटे. 'तेचि पुरुष भाग्याचे' अशा दृष्टीने मी त्यांच्याकडे पाहत राही. एकदा चोरून आणलेल्या पैशातून पहिल्यांदा चार आण्याचे तिकीट काढले आणि वर खुर्चीत बसून सिनेमा पाहिला. अगदी धन्य धन्य वाटले!... पण रविवारचा एक आण्यातला सिनेमा म्हणजे खराखुरा जनता शो. या खेळाला शाळकरी मुले आणि रसिक गावकरी मंडळी मोठ्या अगत्याने हजेरी लावीत. जिकडे-तिकडे आनंदच आनंद असे. वातावरण कसे चैतन्याने, उत्साहाने मंतरलेले असे. एक आण्यात बाकड्यावरची जागा. या पिटात रसिकांची गर्दी अमाप. कधी कधी ती पडद्यापर्यंत जाई. पण मंडळी समाधानी असत.

शेवटची घंटा वाजली की थेटरात अंधार होई आणि पडद्यावर पहिलीच पाटी येई – 'शांत राहा'. एका लठ्ठ, ढेरपोट्या बाईचं चित्र समोर दिसू लागे आणि त्या चित्राखाली ही 'शांत राहा'ची सूचना. प्रेक्षकांनी शांत राहावे म्हणून लठ्ठ, ढेरपोट्या बाईची योजना का केली होती, हे मला अजूनही समजलेले नाही. कदाचित अशा बाईला पाहिल्यावर लोक आपोआपच बिचकून गप्प राहतील, असा मॅनेजरचा कयास असावा. पण ही पहिली पाटी आली रे आली की सबंध थेटरमध्ये टाळ्यांचा प्रचंड कडकडाट होई. सगळे एका सुरात ती पाटी वाचीत आणि एकच घनगंभीर आवाज सगळीकडे उमटे – 'शांत राहा'. मग दुसरी पाटी यायची 'मुलांच्या आयांनो, मुलांना बाहेर नेऊन समजवा' हीही पाटी फार मार्मिक होती. प्रत्येक सिनेमाला आया आलेल्या असणारच, त्या मुले घेऊन आल्या असणार – याबद्दल मॅनेजरसाहेबांची खात्री असावी. ही मुले ऐन वेळी रडणार आणि रसभंग करणार – म्हणून ती पाटी. मग काही जाहिराती यायच्या आणि नंतर खरा चित्रपट सुरू व्हायचा. त्याचे सेन्सॉरचे सर्टिफिकेट असलेले नुसते चित्र दिसायला लागले की, पुन्हा टाळ्यांचा कडकडाट.

मग हळूहळू चित्रपट सुरू व्हायचा.

पूर्वी मुके चित्रपट होते; त्या वेळी पडद्याच्या बाहेर जवळच पेटीवाला आणि

तबलजी असे दोन स्थानिक कलावंत सिनेमाच्या वेळेला तिथं बसलेले असायचे. सिनेमात लढाई, हाणामारी, पाठलाग, घोडदौड असे प्रसंग आले की, ते तबला-पेटी वाजवीत. तबलजी जोरात तबला बडवीत राहायचा आणि पेटीवालाही भराभरा पट्ट्या दाबून घामाघूम व्हायचा. पण आमच्या सिनेमा पाहण्याच्या काळात हे दोन पडद्याबाहेरचे कलावंत अदृश्य झाले होते. त्यांची जागा बोलपटाने घेतली होती. त्यामुळे हे दोन थोर इसम पाहण्याची माझी संधी हुकलीच. बोलपटात ऐतिहासिक आणि स्टंट हे दोन प्रकार खरे आवडीचे. वाडिया, रणजित, मोहन या कंपन्यांचे चित्रपट गाजायचे. त्या वेळी नायक-नायिका म्हणजे फीअरलेस नादिया, सरदार मन्सूर, जॉन कावस (गावातील अनेक मंडळी या माणसाचा उच्चार 'जॉन कासव' असाही करीत; पण ते असो.) आणि सायाणी हा आमचा आवडता खलनायक. अर्थात हा शब्द नंतर ठाऊक झाला. त्या वेळी नायक याला प्रतिशब्द म्हणजे 'काम करणार', नायिका म्हणजे 'काम करणारी बाई' किंवा नटी आणि खलनायिका म्हणजे 'कपटी'.

रात्री बंद दुकानाच्या फळीवर गल्लीतली पोरेठोरे जमली की, एखादा वडील मुलगा सिनेमाची गोष्ट सांगायचा. अगदी हावभाव करून आणि आम्ही थरारलेल्या मनाने ती ऐकत राहायचो.

मनगटाने नाकातला शेंबूड पुशीत-पुशीत तो सांगू लागे –

''आन् मग काय होतं... काम करनार अन् नटी ह्यांचं प्रेम चाललेलं आसतं. काम करनार प्रेम करून असा जातो, की कपटी तिथं येतो. तो काम करनारच्या बायकूचा हात धरतो आन् वढतवढत तिला न्याय लागतो. ती वरडती. लगीच काम करनार पुना येतो. मग काय महाराज! काम करनार आन् कपटी दोघांची लै छन्नाछन्नी हुती. दोघंबी लांब कड्यापत्तूर पळत जात्यात. काम करनार कपटीला मुंडीवरच कुचतो. एकदम उचलून उशीच! शेवटाला कपटी कड्यावरून पडून खलास.....!''

अशी फर्मास गोष्ट चालायची.

'अरुण टॉकीज' या नावाची आणखी एक जागा 'थिएटर' या शब्दावर हक्क सांगणारी होती. आजही आहे. हे मूळचे नाटकाचे थेटर. त्यामुळे तिथं बसायची व्यवस्था आणखीन अद्‌भुत होती. सगळ्यात शेवटची जागा म्हणजे पिटातली. तो अक्षरश: खड्डाच होता. या खड्ड्यात वाळू टाकलेली असायची. सिनेमा नावाचा प्रकार या वाळूत बसून पाहायचा. काही वेळेला या वाळूतही जनतेची गर्दी फार व्हायची. मग काही रसिक पडदा असलेल्या स्टेजवर चढायचे. तिथं आडवे होऊन हाताने डोक्याला आधार देऊन सिनेमा बघायचे. वाळूत गर्दी असली की, पाय अवघडून येत. मांड्या दुखत. एका वडीलधाऱ्या रसिकाने त्याच्यावर आम्हाला एक झकास युक्ती सुचवली होती –

"काही नाही... जरा लवकर यायचं अन् पान खाऊन आत जाऊन बसायचं. तोंडातली गुळणी हिकडं एकदा टाकायची, तिकडं एकदा टाकायची... कोन बसतंय जवळ मग? फस्कलास काम... बरं, एखादा बसाय लागलाच तर... 'थुकलंय... थुकलंय' म्हणून त्याला सांगायचं. कुनी बसत न्हाई. मग आरामशीर पाय पसरून बसायचं."

आम्ही पोरेठोरेच काय, सगळी जनता स्टंटसिनेमाची शोकीन. 'हिंदकेसरी', 'बंबईवाली', 'तोफ का गोला', 'भूत बंगला', 'जादूई कंगन' असले उत्तम उत्तम चित्रपट यायचे. असले चित्रपट एकदम पापीलवार. असल्या चित्रपटांत काही विलक्षण चमत्कार असायचे. काम करणारा मारामारी करता करता एकदम जमिनीवरून उड्डाण घ्यायचा की, वर गॅलरीत नाही तर गच्चीवर जाऊन उभा राहायचा. तिथून पाठलाग करणाऱ्या पळपुट्या शिपायांना वाकुल्या दाखवायचा आणि ओरडायचा "है... इधर आव..." शिपाई धडपडत वर गेले की, पुन्हा उडी मारून खाली जमिनीवर. टाळ्यांचा कडकडाटावर कडकडाट.

वरचा मनुष्य पाय मोडून घेऊन का होईना, पण गुरुत्वाकर्षणाच्या नियमानुसार खाली येईल. पण खालचा मनुष्य 'ट्वांय'... करून एकदम वर कसा जातो, हे मात्र मला कधीच कळले नाही. आमच्या गल्लीत दत्तू ढोबळे म्हणून एक थोराड पोरगा होता. सिनेमाच्या विषयात त्याचा अधिकार फार मोठा. याला एकदा मी ही शंका विचारली,

"दत्तू, खालून वर कसं जातात?"

दत्तू गंभीर चेहरा करून म्हणाला,

"त्याचं काय है, काम करनारच्या पायांत स्प्रिंगचं बूट आसत्यात –"

"स्प्रिंगचे बूट?"

"हां, असा वरनं पायाला दाब दिला की, मानूस आज्जात उडतो आन वर जातो."

आपल्याला असे स्प्रिंगचे बूट मिळावेत आणि आपणही अशीच आज्जात उडी मारून, कुठल्यातरी इमारतीच्या वर टणदिशी जाऊन बसावे, असे त्या वेळी फार वाटायचे. ते स्प्रिंगचे बूट पुढेही मला कधीच मिळाले नाहीत.

पुढे एकदा चित्रपट व्यवसायातल्या एका तंत्रज्ञाला हे कोडे विचारले तेव्हा तो हसला व म्हणाला,

"अरे, अगदी सोपं असतं ते. वरनं उडी खाली जमिनीवर मारायची. तो सीन पहिल्यांदा घ्यायचा. तीच फिल्म उलटी करून पुन्हा फिरवली की झालं. खालचा माणूस एकदम वर गेलेला दिसतो. आहे काय त्यात?"

याच्यावरून सहज आठवण झाली.

साध्या प्रसंगाची फिल्म नुसती उलटी करून फिरवली की, हा चमत्कार दिसतो. पण त्यामुळेच एकदा काय गंमत झाली, ठाऊक आहे?

मंत्र, तंत्र, चमत्कार यांनी गच्च भरलेल्या एका पौराणिक सिनेमाचे चित्रीकरण चालू होते. नाथ पंथातले दोन बैरागी मंत्राने एकमेकांशी लढाई करतात असा सीन. एक बैरागी दुसऱ्याला म्हणाला, ''माझ्याजवळ अशी सिद्धी आहे, तू बघच. झाडावरचं फळ मी मंत्र – सामर्थ्यानं इथं खाली आणतो –''

''असं? दाखव.''

पहिल्या बैराग्याने मंत्र म्हणून हाताने इशारा केला. त्याबरोबर झाडावरचे फळ देठापासून तुटले आणि गोसावीबुवाजवळ येऊन पडले.

दुसरा बैरागी म्हणाला, ''ते ठीक आहे. पण हे खाली पडलेलं फळ पुन्हा देठाला चिकटवून दाखव. नाहीतर मी दाखवतो.''

''दाखव पाहू.''

दुसऱ्या बैराग्याने मंत्र पुटपुटले. मग हात पुढे केला. त्याबरोबर ते फळ आपोआप उठले आणि झाडावर गेले. देठाला चिकटले.

आता हे दृश्य घेणे फारसे काहीच अवघड नव्हते. पहिला फळ पडण्याचा सीन घेतला तोच सीन उलटा केला, त्याबरोबर ते फळ परत जागेवर गेलेले आपोआप दिसू लागले.

दिग्दर्शकाची अशी अपेक्षा होती की, या सीनला टाळ्यांचा कडकडाट झाला पाहिजे. पण प्रत्यक्षात मात्र थेटरात प्रचंड हशा होऊ लागला. ही काय भानगड आहे म्हणून त्याने तो सीन स्वत: नीट बघितला आणि कपाळावर हात मारून घेतला.

गंमत काय झाली, चित्रिकरणाच्या वेळी त्या झाडाखाली एक गाय घास चघळत उभी होती. कुणाचेच तिच्याकडे लक्ष नव्हते. फळ झाडावरून खाली पडले, त्याच वेळी गायीने शेण टाकले. प्रसंगाचे चित्रीकरण झाले आणि काढलेली फिल्म उलटी फिरवली. चमत्कार बरोबर जमला होता. एकच घोटाळा झाला होता. ते फळ जमिनीवरून उठून वर देठाला लटकायचे, त्याच वेळी ते शेणही उठायचे आणि वेगाने वर येऊन गायीच्या पोटात गडप व्हायचे....!

*

असेही काही मंत्री!

मंत्री नावाचा माणूस आपल्याला फक्त सार्वजनिक जीवनातच दिसतो. तो एक तर भाषण तरी करीत असतो किंवा मोटारीत बसून जाताना तरी आढळतो. तो नेहमी देशाबद्दल संतप्त मुद्रेने काहीतरी सांगतो आणि कसलीतरी चिंताही व्यक्त करतो. कधी कधी तो लोकांना उद्देशून संदेशही देतो. याच्या पलीकडे मंत्री नावाच्या माणसाशी आपला संबंध कशाला येतो? मधून-मधून त्याची छबी वृत्तपत्रांतून पाहायला मिळते एवढेच. मंत्र्यांचे ऐश्वर्य, त्याचा तो लवाजमा, अधिकार, वर्तमानपत्रांतून त्याला मिळणारी प्रसिद्धी या सगळ्या खरे तर हेवा वाटाव्यात अशा गोष्टी. पण आपल्याकडे तरी 'मंत्री' हा शब्द थट्टेचा, उपहासाचा विषय झाला आहे. मंत्री म्हणजे निर्बुद्ध, अडाणी, प्रसिद्धीलोलुप व्यक्ती अशी समजूत पक्की झाली आहे. आणि काही थोर मंडळी आपल्या बोलण्याने, वागणुकीने ही समजूत आणखी पक्की करतात. अगदी घडलेली गोष्ट सांगतो. आपल्या देशाच्या प्रगतीबद्दल एक मंत्रिमहोदय एकदा एका व्याख्यानात म्हणाले,

"आपल्या देशानं सर्व क्षेत्रात भरभर प्रगती केली आहे. विज्ञानाच्या क्षेत्रातसुद्धा आता आपण मुळीच मागं नाही. परवाच आपल्या शास्त्रज्ञांनी 'गागाभट्ट' आकाशात सोडला –"

हे वाक्य ते बोलले आणि सभेत हशा पिकला. यात हसण्यासारखे आपण काय बोललो हे बराच वेळ मंत्रिमहोदयांना समजले नाही. मागाहून त्यांनी आपल्या पी.ए.ला जरा रागावून विचारले, "का रे, मघाशी एवढा हशा व्हायचं कारण?"

तेव्हा त्यांचा पी.ए. हसू आवरून गंभीर मुद्रेने म्हणाला, "त्याचं काय आहे साहेब, एक लहानशी चूक झाली."

"कसली चूक?"

"आपल्या शास्त्रज्ञांनी 'गागाभट्ट' आकाशात सोडला नाही." मंत्रिमहाशय आता रागावलेच.

"नाही काय म्हणतोस? प्रत्यक्ष घडलेली गोष्ट आहे. वर्तमानपत्रांतून ठळकपणे

छापून आलेली बातमी आहे अन् तुम्ही सरळ नाही म्हणता?'' आपली गंभीर मुद्रा टिकवून धरीत पी.ए. म्हणाला, ''ते बरोबर आहे. पण आपल्या शास्त्रज्ञांनी जे काही आकाशात सोडले ना, त्याचं नाव 'आर्यभट्ट' साहेब. गागाभट्ट म्हणजे शिवाजी महाराजांना ज्यांनी राज्याभिषेक केला नां, ते काशीचे पंडित.''

पुढाऱ्यांच्या, मंत्र्यांच्या अशा विद्वत्ताप्रचुर बोलण्याच्या अनेक गोष्टी आहेत. एका मंत्र्यांना भाषणात संस्कृतप्रचुर जाडेजाडे शब्द वापरण्याची फार हौस. अशा शब्दांनी भाषणाला खोली किंवा उंची प्राप्त होते, अशी त्यांची समजूत असावी. एकदा ते असेच सभास्थानी नेहमीप्रमाणे उशिरा पोहोचले. भाषणाला प्रारंभ करताना ते दिलगिरीपूर्वक म्हणाले,

''माफ करा हं मंडळी! सभेला फारच विप्रलंभ झाला. पण काय करणार? वाटेतच काही महिलांनी गाडी अडवली. काही केल्या त्या ऐकेनात. तेव्हा नाईलाजानं मला खाली उतरावं लागलं. त्यांच्या सोयीसाठी विप्रलंभ करावाच लागला.''

याही भाषणाच्या वेळी श्रोत्यांत हशा का पिकला, हे त्यांना समजले नाही. त्यांना विलंब म्हणायचे होते आणि 'विप्रलंभ' हा शृंगाराचा एक प्रकार आहे, हे त्यांना कोण समजावून सांगणार?''

मंत्र्यांच्या अशा अनेक गोष्टी आहेत. गंमत म्हणजे त्या अगदी खऱ्या असतात. 'हे कोण सेनापती बापट?' असा प्रश्न एका मंत्र्यानेच भर विधानसभेत विचारून सगळ्यांनाच मंत्रमुग्ध करून टाकले होते, ही कथा तर सगळ्यांनाच ठाऊक आहे. म्हणूनच मंत्री हा चेष्टेचा, उपहासाचा विषय होतो. हे आपल्याच देशात घडते असे नाही. सगळ्या लोकशाहीप्रधान देशांत हाच प्रकार चालू आहे. याचे कारण आहे. गुणी माणसेच योग्य त्या स्थानावर जातील अशी खात्री नसते. उलट काही कारणांमुळे अपात्र माणसेच मोठमोठ्या स्थानांवर जाऊन बसतात आणि प्रचंड गोंधळ उडवून देतात. आचार्य अत्रे एकदा त्यांच्या नेहमीच्या शैलीत बोलले होते, ''काय चाललंय देशात आपल्या, कल्पना आहे तुम्हाला? फार लहान लहान माणसं मोठमोठ्या स्थानांवर बसून एवढ्या मोठ्या अवाढव्य देशाचं प्रचंड वाटोळं करताहेत!....''

इतके सगळे असले तरी मंत्रिपदी आरूढ होण्याचे स्वप्न प्रत्येक राजकारणी माणूस पाहत असतोच. हे पद अगदी तात्पुरते असते. हे ऐश्वर्य क्षणभंगूर आहे याची जाणीव असूनसुद्धा त्यांना मंत्रिपदाचा मोह टाळता येत नाही. नाही म्हटले तरी मंत्र्याचा तो रुबाब, मुजरे आणि कुर्निसात, पोलिसांचे ते 'गार्ड ऑफ ऑनर' प्रकरण, ती वृत्तपत्रातील प्रसिद्धी यांचे आकर्षण कुणाला नसते? प्रत्येक राजकारणी माणसाला आमदार व्हायचे असते. आमदाराला मंत्री बनायचे असते आणि प्रत्येक मंत्र्याला मुख्यमंत्री होण्याची इच्छा असते. 'संधी मिळाली नाही म्हणून, नाही तर मीच

मुख्यमंत्री व्हायचा' – असे प्रत्येक मंत्र्याला प्रामाणिकपणे मनातून वाटत असते. एका इंग्रज विनोदी लेखकाने या प्रवृत्तीची टिंगल करताना एके ठिकाणी लिहिले आहे – प्रत्येक अक्षांशाला असे वाटत असते की, संधी मिळाली नाही म्हणून – नाही तर मीच विषुववृत्त झालो असतो!'

पुण्यातलीच ही काही वर्षांपूर्वीची गोष्ट आहे. एक मंत्री रुष्ट होऊन एका ज्येष्ठ पोलीस अधिकाऱ्याला म्हणाले,

''आमच्या गाडीला तुमचा तांबडा दिवा का नाही? मी इथं आलो म्हणजे तुमची तांबड्या दिव्याची गाडी पाहिजे.''

ते ज्येष्ठ पोलीस अधिकारी शांतपणे म्हणाले, ''आम्ही काय करणार? आमचे हात नियमाने बांधलेले आहेत.''

''कसला नियम?''

''सरकारी नियम असा आहे की, मुख्यमंत्री किंवा गृहमंत्री यांच्यासाठीच तांबडा दिवा असलेली गाडी असावी. आपण हा नियम तरी बदला किंवा आपणच मुख्यमंत्री व्हा. म्हणजे मग तांबडा दिवा आलाच म्हणून समजा.''

हे ऐकल्यावर त्यांची मुद्रा तांबडी-लाल झाली की काय, हे मात्र माहीत नाही!...

मंत्री म्हणविणाऱ्या या मंडळींना विनोदाचेही वावडेच असते. आपल्या एकूणच सार्वजनिक जीवनात विनोदाला तसे गौणच स्थान आहे म्हणा. पण मंत्रिमंडळी तर क्वचितच विनोदप्रिय. समारंभात एकापेक्षा एक गंभीर मुद्रा. विनोद आवडणे सोडा; पण विनोद यांना समजतो की नाही, अशीही शंका काही वेळा येते. मंत्र्याच्या जोडीने आपल्यालाही एखाद्या कार्यक्रमात गुंतविणारी मंडळी भेटतात. अशा वेळी तो कार्यक्रम मी टाळतोच. त्यांचे आपले जमत नाही.

सहज एक गोष्ट आठवली म्हणून सांगतो. एका साखर कारखान्याने एक खुले नाट्यगृह बांधले. त्याचे उद्घाटनच मुळी कविवर्य श्री. ग. द. माडगूळकर यांच्या हस्ते झाले. आणि पहिलाच कार्यक्रम आमच्या कथाकथनाचा झाला. कार्यकर्त्यांनी रंगमंचाच्या जवळच एक संगमरवरी फलक लावला. ''श्री. ग. दि. माडगूळकर, व्यंकटेश माडगूळकर, शंकर पाटील आणि श्री. द. मा. मिरासदार यांच्या 'कथाकथन' कार्यक्रमाने या नाट्यगृहाचे उद्घाटन झाले...'' असा मजकूर त्या संगमरवरावर सुंदर अक्षरात कोरलेला.

या कार्यक्रमाला एक मान्यवर मंत्रीही उपस्थित होते. कार्यक्रमाच्या प्रास्ताविकात मी सहज म्हणालो, ''आम्ही सगळे लेखक तुमचे फार आभारी आहोत. आमच्या कार्यक्रमात तुम्ही या नाट्यगृहाचं उद्घाटन केलंत. हा बहुमान तुम्ही आम्हाला दिलात... इतकंच नाही तर या संगमरवरी दगडावर तुम्ही आमची नावं कोरून

ठेवलीत. आपली ही रसिकता फार मोठी आहे. वास्तविक संगमरवरी दगडाचा आणि आमचा संबंध काय? संगमरवरावर ज्यांची नावं येतात ती मंडळी निराळी असतात.''

मी हे बोलताच प्रेक्षागृहात हास्याचा स्फोट झाला. काही श्रोत्यांनी टाळ्या वाजविल्या, तर काही श्रोते मान वाकडी करून बाजूला बसलेल्या मंत्रिमहोदयांकडे गमतीने पाहू लागले. पण मंत्रिमहाशय हसले तर नाहीच, उलट त्यांची मुळातली गंभीर मुद्रा सुतकीच झाली. पुढे आमच्या विनोदी कथा सुरू झाल्या. लोक हसत राहिले, पण हे सद्‌गृहस्थ अजिबात हसले नाहीत. तोंडावर इस्त्री मारल्यासारखा त्यांचा चेहरा शेवटपर्यंत मख्ख होता. आता काय सांगावं?

पण श्रीरामपूरला एकदा 'कथाकथन कार्यक्रमा'साठी गेलो आणि फार आल्हाददायक अनुभव आला. नुसता आल्हाददायक नाही, तर चकित करणारा.

श्रीरामपूरला अशोक सहकारी साखर कारखान्यात आमचा हा कार्यक्रम होता. तिथले ॲड. रावसाहेब शिंदे हे आमचे जवळचे मित्र. त्यांच्या घरी कार्यक्रमापूर्वी चहापान होते. तिथे गेलो आणि कळले की, त्यांचे थोरले बंधू अण्णासाहेब शिंदे पण आलेले आहेत आणि तेही या कार्यक्रमाला येणार आहेत. अण्णासाहेब शिंदे तेव्हा केंद्रात अन्न आणि शेतीखात्याचे राज्यमंत्री होते. बाहेर सरकारी गाडी, पोलिसांचा फौजफाटा हे पाहिल्यावरच ते आले आहेत हे लक्षात आले. ते कार्यक्रमाला येणार आहेत हे कळल्यावर आमच्या मनावर उगीचच दडपण आले. मग त्यांचा परिचय होऊन गप्पागोष्टी सुरू झाल्या आणि दडपण पुष्कळसे कमी झाले. साधा खादीचा पांढरा शुभ्र वेष, प्रसन्न मुद्रा, सुसंस्कृत वाणी, मृदु बोलणे, बोलण्यातून व्यक्त होणारी बहुश्रुतता. आपण केंद्रात मंत्री आहोत याचे कसलेही भान नाही. त्यांनी स्वत: उठून प्रत्येकाला चहा वगैरे दिला. इतक्या सहजतेने की आम्हालाच संकोच वाटला.

चहापानानंतर लगेचच कार्यक्रम होता. आम्ही उठलो. अण्णासाहेबही उठले. आम्हाला म्हणाले, ''माझ्या गाडीतून घरची मंडळी जातील पुढं. मला तुमच्याबरोबर यायची इच्छा आहे तुमच्या गाडीतून. तुमची हरकत नाही ना?''

आम्ही सगळे चकितच झालो.

''अहो, चालेल काय? फारच आनंदाची गोष्ट. चला ना -''

''हां, तेच म्हणतो मी. म्हणजे जरा गप्पागोष्टी करीत जाऊ.''

आमच्यासाठी एक मेटॅडोर आणली होती. आमच्याबरोबर अण्णासाहेबही त्या गाडीत दाटीवाटीत बसले. पुन्हा गप्पा सुरू झाल्या. अनेक विषय निघाले. त्यांच्या अन्नखात्याचाही विषय सहज आला.

अण्णासाहेब म्हणाले,

''खरं म्हणजे अन्नधान्याच्या बाबतीत आपण स्वयंपूर्ण होणं तसं फारसं कठीण नाही. जेवढं धान्य आपल्याला कमी पडतं ना, तेवढं उंदीरच खातात असं आढळून

आलं आहे....''

हे ऐकल्यावर मी उतावीळपणे म्हणालो, ''मग साधी गोष्ट आहे. सरकार या उंदरांचा बंदोबस्त का नाही कडकपणे करीत?''

''हां, तुमचं म्हणणं खरं आहे –''

''सरकार इतक्या समित्या नेमते. एक 'मूषक संहार समिती' का नाही नेमली जात?'' मी तावातावात विचारले. अण्णासाहेब मिश्कीलपणे हसले. माझ्याकडे शांतपणे बघत हळूच म्हणाले, ''नेमण्याचा प्रश्नच नाही. अशी एक समिती आहेच. सध्या मीच तिचा अध्यक्ष आहे....''

हे ऐकल्यावर गाडीत हास्याचा कल्लोळच झाला आणि अर्थातच मी आणि अण्णासाहेब दोघेही त्यात सामील झालो. तो गंभीर विषय त्या हास्याच्या खदखदाटात पार बुडून गेला. मग अण्णासाहेबांनी आणखीन काही गमतीदार माहिती पुढे सांगितली. सगळी काही आज आठवत नाही. पण उंदीर हे सापाचे अन्न आहे, फार उंदीर मेले तर त्यांचा प्रश्न कसा निर्माण होईल, निसर्गाचा सगळा तोल कसा साधलेला असतो... असे काही काही खूप नवे.

नंतर आमच्या कार्यक्रमाचा विषय निघाला. अण्णासाहेबांनी विचारले,

''तुमच्या या कथाकथनात मंत्र्यांच्यावर एखादी कथा आहे की नाही? असली तर अवश्य सांगा बरं का. मंत्र्यांची, पुढाऱ्यांची थट्टा, टिंगल असेल तर मला फार आवडते.''

हे ऐकल्यावर मनावरचे उरलेसुरले दडपणही नाहीसे झाले. मी म्हटले,

''मी एक गोष्ट सांगणार आहे आज – 'शाळेतील समारंभ' नावाची. त्यात पुढाऱ्याचं भाषण आहे. पुढारी कसं बोलतात –''

''वा, वा! छान!... मला ऐकायचीच ती गोष्ट. अवश्य सांगा.''

त्या दिवशी 'कथाकथन' कार्यक्रम नेहमीप्रमाणेच खूप रंगला. 'शाळेतील समारंभ' ही कथा मी अगदी मोकळेपणाने सांगितली. लोक हसत होते. अण्णासाहेबही त्यात सामील झाले होते. आमचे रावसाहेब शिंदे तर नेहमीप्रमाणे पोट धरधरून हसत होते.

कार्यक्रम संपल्यावर अण्णासाहेब निघाले. जाताना त्यांनी जवळ येऊन आमचा प्रत्येकाचा निरोप घेतला. कार्यक्रम आवडल्याचे आवर्जून सांगितले. जाता जाता म्हणाले,

''कधी दिल्लीला आलात तर दुसरीकडं कुठं जायचं कारण नाही. आपल्या घरी उतरायचं... बराय!''

एकूण असेही मंत्री असतात तर! मला धक्काच बसला म्हणानात!... या धक्क्यातून मी अजून सावरलेलो नाही!

✱

वेड्यांचे माहेर

आमचे गाव तसे लहान असले तरी मोठे तीर्थक्षेत्र. भक्तांच्या सोयीसाठी इथला विठोबा गेली अठ्ठावीस युगे विटेवर तिष्ठत उभा आहे. भक्तीचा महापूर इथं दाटतो. आणि आमच्या चंद्रभागेचे वाळवंट? नदीकाठी इतके प्रशस्त, सुंदर वाळवंट क्वचितच कुठल्या गावाला लाभले असेल. इथले डाळे-चुरमुरे, तपकिरीचे आणि कुंकवाचे कारखाने, इथली दणकट घोंगडी –

ते असू द्या. पण आमच्या या गावचे आणखी एक वैशिष्ट्य आहे. निदान होते. आमच्या या गावातली नमुनेदार वेडी. अशा वेड्यांची संख्याही भरपूर. कारण आसपासची सगळी वेडी इथंच मुक्कामाला येत. त्यांची नातेवाईक मंडळी त्यांना या पवित्र ठिकाणी आणून सोडून देत. क्षेत्रात माणसे कशीबशी का होईना पण जगतात... कनवाळू माणसे त्यांना जगवितात. म्हणून गावात वेडी भरपूर दिसायची.

अगदी पहिली मला आठवण आहे, ती 'यमी' नावाच्या वेडीची. पंधरा-सोळा वर्षांची ही पोरगी कुठून आली होती कुणास ठाऊक. डोक्यावर पाटीभर मळकट केस, अंगात लाज झाकण्यासाठी कुणीतरी दिलेला एक मळकट झगा – अशा वेशात ही यमी सगळीकडं हिंडायची आणि काहीही मागायची. एखादा दयाळू न्हावी मध्येच तिचे डोके भादरून टाकी आणि ते तुळतुळीत डोक्याचे ध्यान आणखीनच विचित्र दिसे. एकदा मला आठवले. सूरपारंब्याचा खेळ खेळताना मी एका झाडाच्या फांदीवर चढलो. कोणते झाड होते त्याचे नाव आठवत नाही, पण झाड मोहोरले होते. पावडरच्या डबीतली मऊ पफसारखी त्याची लुसलुशीत, हिरवीगार फुले. त्यांचा मस्त वास सगळीकडे घमघमत होता. मी सहज त्याची चार-दोन फुले हातात घेतली. छान धुंद करणारा वास घेतला. तेवढ्यात खालून आवाज आला,

"ए पोरा... मला फुलं दे की!"

खाली ती वेडी उभी होती. जमिनीवर पडून सुकलेली फुले तिच्या हातात होती. पण तिला झाडावरची टवटवीत फुले हवी होती. मी काही फुले तोडून टाकली. पण ती 'आणखी दे, आणखी दे...' म्हणू लागली. मी उगीचच घाबरलो. खाली

उतरल्यावर तिने एकदम आपल्याला धरले अन् हातातली फुले हिसकावून घेतली, तर बराच वेळ खाली आलोच नाही. ती निघून गेल्यावर खाली उतरलो.

तशी ही यमी अगदी निरुपद्रवी होती. तिने कधी कुणाला त्रास दिला नाही. लोकांनी मात्र तिला खूप त्रास दिला. नको तोही त्रास दिला. आणखी एक-दोन वर्षांनी ही वेडी तरुण झाली. ते बावळट ध्यानही थोडे रसरशीत दिसू लागले आणि त्या वेड्या यमीकडे लोकांचे लक्ष जाऊ लागले. ही यमी गरोदर अवस्थेत पाहिली तेव्हा त्या नकळत्या वयातही मला काहीतरी चमत्कारिक वाटले. तशा अवस्थेत यमी कितीतरी दिवस गावातून हिंडायची. टारगट माणसे, बाया तिच्याकडे हात करून फिदीफिदी हसायच्या अन् म्हणायच्या,

"कोन मुडदा आसंल कुनाला ठाव!"

पण यमीला त्यातले काहीच कळत नव्हते. ती कुमारीही नव्हती, आईही नव्हती. ती फक्त वेडी यमी होती. निसर्गाने तिच्या शरीरात काय काय बदल केले आहेत, याची काहीच जाणीव बहुधा तिला नसावी. अशा या कळकट, ओंगळ, अर्धवट मुलीशी लगट करणारा कोण महाभाग असेल याचे त्या वयातही नवल वाटायचे.

दुपारच्या निवांत वेळेला असले एखादे वेडे धरायचे आणि त्याची चेष्टा करून स्वत:ची करमणूक करून घ्यायची, हा काही जणांचा अगदी आवडता उद्योग असायचा. नव्या पेठेतल्या एका दुकानात अशाच एका वेड्याशी मंडळींचा सुसंवाद चालू होता. तेवढ्यात ही वेडी यमीही तिथं हिंडत हिंडत येऊन पोहोचली. यमीला पाहून या टवाळखोर मंडळींना आणखीन स्फुरण चढले. पसा-दोन-पसे चुरमुरे, शेंगदाणे दिल्यावर यमीही फतकल मारून तिथं बसली. मग एकजण त्या पहिल्या वेड्याकडे वेडेवाकडे हात करून यमीला म्हणाला, "यमे... हा तुझा नवरा बरं का"

यमीला बिचारीला खाण्यापलीकडे काहीच माहीत नव्हते. तिनं नुसती मान हलवली.

"हा तुझा नवरा... कोण?"

"नवरा." यमी हसली.

मग पहिल्या वेड्याच्या मांडीवर थाप मारून हे राजश्री म्हणाले,

"ही तुझी बायकू... कोण?"

ते वेडे नुसतेच खदाखदा हसले.

"ही तुझी बायकू... कोण?"

"बायकू –"

"हां, जा घेऊन आपल्या बायकूला घरी –"

घेऊन जा म्हटल्यावर ते वेडे उठले आणि यमीचा हात धरून तिला ओढू

लागले. यमी ओरडू लागली तसा मंडळींचा उत्साह वाढला. "आगं, नवरा है तुजा. जा त्याच्याबरुबर –" म्हणून काही जण प्रेमळ सल्ला देऊ लागले. ती ओरडू लागली. पण बाकीच्या मंडळींच्या प्रोत्साहनाने त्या वेड्या नवऱ्यालाही जोर चढला. तो तिला मारू लागला. नवरा म्हटल्यावर बायकोला ठोकलेच पाहिजे, हे संसारातले महान सत्य त्या वेडाच्या अवस्थेतही त्याला कळलेले होते.

शेवटी कुणीतरी कनवाळू माणसाने मध्यस्थी केली आणि त्या बिचारीची सुटका केली. अजून ते दृश्य मला चांगले आठवते.

गावात अशी अनेक वेडी हिंडायची. त्यांच्या नाना तऱ्हा असायच्या. एक वेडा वारकरी हातात पताका घेऊन रस्त्याने हिंडायचा अन् 'बिठंल्... बिठंल्' करीत नाचायचा. मग एकदम पळत सुटायचा. एक वेडा यमके करीत, काव्य जुळीत बोलायचा. एकजण मध्येच ऐटीत फाडफाड चार इंग्रजी वाक्ये बोलायचा. प्रत्येकाचे बोलणे-चालणे, पोशाख फार गमतीदार. पण त्यामुळेच गावातल्या काही जादा हुशार माणसांना वेगळा संशय यायचा. एखादे नवीन वेडे गावातून हिंडताना दिसू लागले की, हा हुशार माणूस हळूच फळीवरच्या गप्पांत सांगायचा,

"तुम्हाला ते येडं वाटतंय... पण ते सरकारचं शायडी है."

"शायडी?"

"हां, परवा खून झाला ना आपल्याकडं. त्याची म्हायती काढायला सरकारने लै शायडी सोडल्याले हैत – म्हनत्यात. त्यातलाच ह्योबी असणार."

"आसंल बाबा."

"जपून हां जरा. त्यानं काई इचारलं तरी बोलायचं न्हाई. तोंड एकदम डिंक लावून बंद."

आमच्या घोंगडे गल्लीत असेच एक विचित्र वेडे नव्याने आले. अंगावर भस्माचे पट्टे. डोळ्यांची चमत्कारिक उघडझाप करीत ते फळीवर बसून इकडे तिकडे नुसते पाहात राहायचे. तो शायडी असावा अशी कुजबुज झाली. मग काय विचारता महाराज!... चिंचबन तालमीतील पोरांनी फळीवरच त्याला गाठले. बिचारे उगीच फळीवर बसलेले. कुणी गुद्दे मार, कुणी शेंडीच ओढ, कोणी चिमटा घे असे करून त्याचे चांगलेच भुस्कट पाडले. एकाने तर पेटलेली उदबत्तीच आणली होती. मधून मधून त्याच्या मांडीला चटके द्यायचे आणि विचारायचे,

"बोल, तू शायडी हैस का न्हाईस? खरं बोल."

शेवटी ते बिचारे किंचाळत उठले आणि धूम पळत सुटले. पुन्हा काही आमच्या गल्लीत आले नाही. मग तर खात्रीच झाली. एक हुशार माणूस पुन्हा म्हणाला,

"नक्कीच त्यो शायडी हुता. म्हणून तर पळाला."

अशी अनेक वेडी खरे तर निरुपद्रवी असायची. त्यांचे वेडही सुरुवातीला बेताचे

असायचे. पण मंडळींच्या या वागण्यामुळे ती नंतर पक्की वेडी व्हायची. ही माणसं पुन्हा शहाणी होता कामा नयेत, अशी चोख व्यवस्था आपोआपच व्हायची.

आणखी एक प्रौढ वयाचा 'महाराज' नावाचा कानडी वेडा आमच्या गल्लीत होता. तो तसा गावभर हिंडायचा. पण त्याचा बराचसा मुक्काम आमच्या घोंगडे गल्लीतल्या फळीवरच. त्याचे वैशिष्ट्य म्हणजे स्वारी पूर्णपणे दिगंबर अवस्थेत असे. अंगाने किंचित स्थूल, काळेसावळे असे हे नागडे ध्यान रस्त्याने हिंडताना फार अजब दिसायचे. पण सवयीने कुणालाही त्याचे काही वाटत नव्हते. पोरेटोरे, बायकामाणसांनाही कधी त्याच्या नागवेपणाचा संकोच वाटत नसे. इतके त्याचे नागवेपण अंगवळणी पडले होते. त्याचे नाव नरसैया. कानडी मुलखातून तो या तीर्थक्षेत्रात कसा येऊन पोहोचला, हे कुणालाच माहीत नव्हते. हा कानडी नरसैया फार शांत वेडा होता. आयुष्यात तो एक अक्षरही कुणाशी बोलला नाही. हां, नाही म्हणायला एक अपवादात्मक प्रसंग आठवतो. एकदा हॉटेलातील रेडिओवर चुकून कानडी गाणे लागले होते. ते ऐकल्यावर मात्र नरसैया रेडिओजवळच्या फळीवर येऊन बसला. ते गाणे ऐकता ऐकता, मान हलवीत त्यानही बारीक आवाजात ताना घेतल्या. तेवढेच एक त्याचे बोलणे ऐकले आणि शहाण्या माणसासारखे त्याचे मान हलविणेही मी पाहिले. एरवी वर्षानुवर्षे हा कानडी नरसैया काहीही बोलला नाही. तोंड कधी उघडलेच नाही. लोक त्याला 'महाराज'च म्हणत. त्याला सगळे काही आपणहून देत. थंडीच्या दिवसांत घोंगडे देत. परगावाहून आलेल्या गुजराती बायका तर त्याच्या नागवेपणाची कसलीही लाज न बाळगता त्याच्याजवळ जात आणि मोठ्या प्रेमाने त्याला अगदी स्वतःच्या हाताने खाऊ घालीत. लोक त्याच्याबद्दल खूपच कौतुकाने बोलत.

असा हा नरसैया. कितीतरी वर्षे आम्ही त्याला तसाच पाहत होतो. आम्ही वाढलो, मोठे झालो. नरसैया – बिचारा! तसाच राहिला.

अशी ही पंढरपुरातील वेडी माणसं... ती पुढे कुठे गेली, त्यांचे पुढे काय झाले, हे कधीच कळले नाही. कुणालाच कळले नाही. तो नरसैया, ती वेडी यमी, तो बिचारा शायडी... काय झाले त्यांचे पुढे! देव जाणे.

परवा गावाकडच्या मित्राची भेट झाली. खूप गप्पा झाल्या. जुन्या आठवणींची उजळणी झाली. खूप बरे वाटले. वेड्यांच्याही गोष्टी निघाल्या होत्या.

अगदी सहज मी मित्राला विचारले,

"फार वर्षं झाली गाव सोडून. आता पूर्वीइतके वेडे आहेत का रे गावात?"

मित्र गंभीरपणे म्हणाला, "अं... आता फार नाहीत, तू गेल्यापासनं त्यांची संख्या तशी कमीच झाली आहे!"

*

निवडणुकीच्या सभा

सभेमध्ये बोलणे ही गोष्ट आता मला फारशी नवलाईची राहिलेली नाही. सभा लहान असो अगर मोठी असो, आता वक्तृत्व गाजविता येते. एकदा का श्रोत्यांची नाडी कळली की बस्स!... मग ते श्रोते पन्नास असो, पाचशे असोत की पाच हजार असोत. पण इतके असले तरीही कुठल्याही वक्त्याची परीक्षा पाहणारे दोन प्रसंग असतात. त्यापैकी एक म्हणजे शाळेचे स्नेहसंमेलन. भल्याभल्या वक्त्यांची कसोटी शाळेच्या स्नेहसंमेलन प्रसंगी लागते. अशा वेळी मुलांचा मोठा समुदाय तर समोर असतोच, पण त्यांचे पालक, गावातील प्रतिष्ठित मंडळी आणि शिक्षक बंधूभगिनीही समोर दिसत असतात. यापैकी कुणाला उद्देशून बोलावे हे वक्त्याला कळत नाही. मुलांना समजेल असे सोपे, बाळबोध बोलायला जावे, तर वडील मंडळींच्या मुद्रेवर नाराजी दिसते. आम्ही काहीतरी चांगले ऐकायला आलो आणि हा काय पोरकटपणा चालू आहे, असा भाव त्यांच्या दृष्टीत असतो. निदान वक्त्याला तरी तसे वाटते. या वडील मंडळींना उद्देशून बोलावे, तर पोरे जांभया देऊ लागतात. हा बाबा केव्हा एकदा खाली बसतो असे त्यांना होऊन जाते. त्यातून बक्षीस समारंभ नावाचा एक कार्यक्रम या स्नेहसंमेलनात हटकून असतो. हा कार्यक्रम मुख्य वक्त्याच्या भाषणाच्या आधी उरकून घ्यावा की त्यानंतर हा प्रश्न शाळा चालकांना नेहमीच सतावीत असतो. बक्षीस समारंभ नंतर ठेवला, तर पोरे सारखी चुळबुळ करीत असतात. त्यांचे भाषण नावाच्या प्रकाराकडे लक्षच नसते. केव्हा एकदा ही पिरपीर थांबते आणि खरा महत्त्वाचा कार्यक्रम सुरू होतो, याची ते वाट पाहत असतात. बरे, बक्षीस समारंभ आधी उरकून घ्यावा तर बरीचशी भाग्यवान पोरे आपापली बक्षीसे बघत राहण्यातच गुंग होतात. आणि इतर मुले त्यांचे बक्षीस मोठ्या कुतूहलाने आणि थोड्याफार हेव्याने न्याहाळीत राहतात. भाषणाकडे कुणाचे लक्षच नसते. एकूण काय, अशा समारंभातील वक्त्याची परिस्थिती फारच दयनीय असते. स्नेहसंमेलनातील भाषणांना मी आता निर्ढावलेलो आहे. पण अजूनही या प्रश्नाचे कोडे काही सुटलेले नाही.

पण त्याहीपेक्षा अवघड परिस्थिती वक्त्याच्या वाट्याला येते, निवडणुकीच्या

सभेत भाषण करताना. राजकारणात मुरलेली जी मंडळी असतात त्यांना त्याचे काही वाटत नाही. पण एरवी राजकारणाशी संबंध नसताना केव्हातरी अशा सभेत भाषण करण्याचा प्रसंग आला म्हणजे आपला सगळा वक्तृत्वाचा डौल गळून पडतो. आणि आपण तसे कुणी मोठे नसून, य:कश्चितच आहोत हे पूर्णपणे पटते. वक्त्याला सर्वांत आवश्यक गोष्ट म्हणजे समोर श्रोतेमंडळी असणे. स्नेहसंमेलनात ती अडचण नसते. लहान मोठे का होईना, पण श्रोते समोर बसलेले असतात. पण निवडणुकीच्या सभेचे नक्की काही सांगता येत नाही. एकदा पुण्यातच एक राजकीय कार्यकर्ते मोठ्या अगत्याने मला भाषणाची सुपारी देऊन गेले. ते मुद्दाम बोलवायला आले तेव्हा मलाही फुरफुरल्यासारखे झाले. ''तुमचं नाव जाहीर करतो. म्हणजे सभेला गर्दी होईल चांगली.'' ते म्हणाले. माझे नाव जाहीर केल्यामुळे सभेला गर्दी होणार असेल तर आपण अवश्य गेले पाहिजे, तेवढीच देशसेवा घडेल असा विचार करून मीही मोठ्या उत्साहाने त्या सभेला गेलो. सभा रात्रीच्या वेळी आणि एका गल्लीबोळात होती. दोन-तीन गल्ल्या जेथे एकत्र येऊन मिळतात, अशा लहानशा चौकात व्यासपीठ नावाचा एक मोडका फलाट ठेवला होता. ध्वनिक्षेपक तर होताच. समोर एक-दोन फाटक्या सतरंज्या टाकल्या होत्या. त्यावर चार-सहा पोरे खेळत होती. चार-दोन माणसे लांब उभी राहून इथे आता काय प्रकार सुरू होणार आहे, या कुतूहलाने व्यासपीठाकडे बघत थांबली होती. बाकी रहदारी चालू होती. त्यात जशी माणसे होती तशीच जनावरे पण होती. भटक्या गायी इकडून तिकडे चालल्या होत्या आणि एक-दोन कुत्रीही आश्चर्याने बघत बघत जात होती. एकूण सगळाच देखावा मोठा रमणीय होता.

मी अगदी सभेच्या जाहीर केलेल्या वेळेला तिथे पोहोचलो होतो. निदान पाच-सातशे माणसे तरी जमली असतील आणि त्यांच्या गर्दीतून वाट काढीत काढीत मी कसाबसा व्यासपीठापर्यंत पोहोचणार अशी माझी कल्पना होती. पण हा सगळा देखावा पाहून मी एकदम खचलोच. कार्यकर्त्यांना म्हटलं,

''अहो, माणसं तर काहीच दिसत नाहीत इथं, कसं काय बोलायचं?''

पण कार्यकर्ते अनुभवी आणि जुनवान असावेत. माझ्या बोलण्यामुळे त्यांच्या धीरगंभीर मुद्रेवर कसलाही भाव उमटला नाही. ते शांतपणाने म्हणाले, ''त्याचं काय आहे –''

''काय आहे?''

''वेळ जरी साडेनऊची आपण जाहीर केली असली तरी साडेनऊ म्हणजे दहाच हो. मंडळी जेवून खाऊन मग निवांत बाहेर पडणार. पण येणार हे नक्की. आमच्या गल्लीत तशी जागर्ती फार आहे.''

''नक्की म्हणता जमतील लोक?''

"अगदी कायम. तुम्ही काळजीच करू नका. तुम्ही असं करा की, घटकाभर या इथल्या घरात बसा. आपल्या कार्यकर्त्याचंच घर आहे. चहापाणी होतंय तोवर माणसं जमताहेत की नाहीत बघा–"

त्यांची आज्ञा प्रमाण मानून शेजारच्या घरात जाऊन बसलो. चार-दोन मंडळी जमली. चहापान झाले. गप्पा झाल्या. दहा वाजून गेले तरी सभेचे बोलावणे येईना. एक-दोनदा निष्फळ चौकशी केली, पण व्यर्थ! 'अजून जमताहेत लोक' हाच सूर दिसला. शेवटी साडेदहाच्या सुमारास एकदाचे बोलावणे आले. अखेरीस बाहेर व्यासपीठाशी जाऊन पोहोचलो आणि पाहिले तर परिस्थितीत काहीच फरक पडलेला नव्हता. सतरंजीवर दहा-बारा पोरे आज्ञाधारकपणे मांडी घालून बसली होती. चार-पाच तिथेच झोपी गेली होती. नाही म्हणायला दहा-पंधरा माणसे रस्त्याच्या कडेकडेने दूर उभी होती. मी साभिप्राय कार्यकर्त्यांकडे पाहिले.

कार्यकर्ते पूर्वीच्याच धीरगंभीर स्वरात म्हणाले,

"मला वाटतं, आता आपण सुरू करूया सभा. तुम्ही बोलायला सुरुवात केलीत, की जमताहेत बघा लोक. इथं लोकांना अशीच सवय आहे हो. कार्यक्रम सुरू झाल्याशिवाय येतच नाहीत माणसं. तुम्ही बोलायला सुरुवात केलीत ना, पटापटा जमतील बघा. हूं – होऊन जाऊ द्या."

"ठीक आहे."

मी निमूटपणे मान हलवली आणि एखाद्या धरून आणलेल्या अपराध्यासारखा व्यासपीठावर जाऊन बसलो. कुणीतरी प्रास्ताविक केले. त्यात माझी थोरवी वर्णन करून सांगितली. माझ्यासारखा वक्ता लाभला हे आजच्या सभेचे आणि श्रोत्यांचे महद्भाग्यच होय, असे काहीसे तो बोलला. आणि मग मी बोलायला उठलो. समोर भगिनी दिसल्या नाहीत, पण तरीही 'बंधु-भगिनींनो–' म्हणून सुरुवात केली आणि अर्धापाऊण तास देवळातली घंटी वाजत राहावी तसा आपला बोलत राहिलो. दुसरा काही इलाजच नव्हता. काही टाळीची वाक्ये बोललो आणि काही विनोदही केले; पण कुणीही टाळ्या वाजविल्या नाहीत की विनोदाला हसले नाही. श्रोत्यांचा थोडा जरी प्रतिसाद मिळाला तरी वक्त्याला बोलायला चेव येतो. पण इथे त्यातले काहीच नव्हते. आणि विनोदाला जरी कुणी हसले नाही, तर तो विनोद फारच केविलवाणा वाटतो. अर्धापाऊण तास बडबड करून थकल्यावर मी खाली बसलो तेव्हा मात्र जमलेल्या पाच-पन्नास लोकांनी टाळ्या वाजवून त्याचे स्वागत केले. मी नंतर निरखून पाहिले. भोवतालच्या परिस्थितीत फारसा बदल झालेला नव्हताच. दहा-वीस माणसे आणखी गोळा झाली होती इतकेच. त्यातलेही काही जण एकमेकांशी बोलत उभे होते, तर काही जण आरामशीर बिड्या फुंकीत होते.

आभार-प्रदर्शन होऊन सभेची पांगापांग झाल्यावर मी परत निघालो. जाताना

नाराजीने त्याच धीरगंभीर कार्यकर्त्यांना म्हटले,

"तुम्ही तर म्हणालात, चांगली गर्दी होईल सभेला, म्हणून मी आलो. इथं तर समोर माणसंच नाहीत. कसं काय बोलायचं वक्त्यानं?"

पण कार्यकर्ते तरीही धीरगंभीर होते. ते हसतमुखाने म्हणाले, "वा! उत्कृष्ट झालं तुमचं भाषण. लोक ऐकत होते ना. आमच्याकडे काय आहे, बाहेर सभेत येऊन बसायला लोक कंटाळतात. पण दारादारातून, खिडक्यांतून बसलेली होती ना मंडळी अन् झकास ऐकत होती. पब्लिक खूश आहे. मी तुम्हाला सांगतो."

मी कपाळाला हात लावला.

निवडणुकीच्या गदारोळातील तो माझा पहिलाच अनुभव होता. म्हणून मला ते जाणवले इतकेच. पुढे अशा अनेक सभांत मी बोललो आणि मग माझी याबाबतीतील संवेदनशीलता जवळ जवळ बधिरच झाली. शहरातला हा अनुभव. ग्रामीण भागात तर याहीपेक्षा कठीण परिस्थिती काही वेळेला असते. याच निवडणुकीतील धामधुमीत मी आणि माझे एक संपादक-मित्र ग्रामीण भागातून हिंडत होतो. एके ठिकाणी तर स्थानिक कार्यकर्त्यांनी आम्ही येणार म्हणून जेवायचा जंगी बेत उडवून दिला आणि पन्नास-पाऊणशे माणसे जेवायला बोलावली. रात्रीचे साडे-दहा अकरा वाजत आले, तरी पंगत काही उठेना आणि सभेला जाण्याचे नावही कुणी काढेना. आम्हालाही कळेना की, आपण भाषण करण्यासाठी इथं आलो आहोत की जेवणासाठी? शेवटी आम्हीच भुणभुण लावली तेव्हा तिथले कार्यकर्ते म्हणाले,

"अहो, गंमत काय झालीय, जिथं सभा व्हायची ना, तिथंच जवळच्या घरात एक मयत झालंय. तो गोंधळ, रडारड चालू आहे. ती संपू द्या. मग आपली सभा घेऊ.

"अहो पण, इतक्या उशिरा लोक येतील?"

"न यायला काय झालं? दुसरा काय उद्योग आहे त्यांना? आमच्याकडे ती पंचाईत न्हाई. आन् जाऊन जाऊन जाणार कुठं बेनी? एवढंसं तर गाव है –"

त्या दिवशी रात्री बाराच्या सुमारास आम्ही सभास्थानी पोचलो. आमच्या देखतच ती अंत्ययात्रा अन् तो घोळका गेला आणि मग ही सभा प्रचंड उत्साहात सुरू झाली.

दुसऱ्या एका खेड्यात समोर फक्त पाच-पंचवीस शेंबडी पोरं आणि दहावीस जनता. भाषण करण्यासाठी एका लोकनाट्याच्या फिरत्या गाडीचा टप. आमचे संपादक मित्र तर हे दृश्य बघून गारठलेच. अशा सभेत बोलणे आपल्याला जमणार नाही म्हणून सांगून मोकळे झाले. मला बोलावेच लागले. गप्पागोष्टी करीत, चुटके सांगत मी श्रोत्यांची संख्या आणखीन दहा-वीसांनी वाढवली. तो लहानसा रस्ता तरी भरला म्हणानात. थोड्या वेळाने पाहतो तो दहा-पंधरा बायका एका कोपऱ्यात गर्दी करून भाषण ऐकत उभ्या. प्रत्येकीच्या हातात, डोक्यावर काहीतरी होते. नाही

म्हटले तरी बरे वाटले. खेड्यातल्या कष्टकरी बायकासुद्धा आता निवडणुकीच्या सभेतील भाषणे ऐकायला येऊ लागल्या म्हणजे काय? ही जागृतीसुद्धा मोठीच म्हटली पाहिजे.

मी खूश होऊन खाली बसलो. आभार-प्रदर्शन वगैरे झाले. एवढ्यात त्या बायांचा गलका ऐकू येऊ लागला. मला जरा कुतूहल वाटलं. त्यांना काही प्रश्न वगैरे विचारायचेत की काय? तसे असेल तर फारच उत्तम.

एका जवळच्या माणसाला मी विचारले, ''काय म्हणताहेत या बायका?''

तो चौकशी करून आला आणि म्हणाला, ''त्या म्हणताहेत–''

''हं–''

''तुमची सभा संपली का?''

''का?''

''न्हाई, सभा संपली आसली तर जरा वाट द्या. रस्ता आडलाय सगळा–''

''म्हणजे?''

''अहो, पलीकडं पिठाची गिरणी आहे ना, तिकडं दळण टाकायला जायचंय त्या सगळ्यांना. मघापासून खोळंबून उभ्या आहेत.''

अहो, असे किती अनुभव सांगावेत.

या अनुभवावरून मी एक निष्कर्ष काढला 'वक्ता वक्ताची नोहे श्रोतेंनिविण' हा संत ज्ञानेश्वरांनी सांगितलेला मुद्दा अगदी चुकीचा आहे. श्रोते नसले तरी वक्ता हा असतोच. निवडणुकीतील सभा अनेकदा तशाच असतात. पण निवडणुकीतील सभेत बोलताना वक्त्याला एक गुण अंगी बाणवणे मात्र अवश्य आहे. तो म्हणजे कोडगेपणा. म्हणजे मग काहीही कुठे अडत नाही. समोर दहा-पाच पोरे आणि भटक्या गाई, हडकुळी कुत्री एवढीच सामग्री जरी असली तरी दहा हजारांच्या सभेत आपण बोलतो आहोत, अशा आत्मविश्वासाने त्याने बोलले पाहिजे, तरच तो निवडणुकीच्या सभेतील यशस्वी वक्ता होतो. आत्मविश्वास, सभाधीटपणा, प्रसंगावधान, अभ्यास, नाट्य या सगळ्या गुणांबरोबरच स्थितप्रज्ञ वृत्ती किंवा कोडगेपणा याही आणखी एका गुणाची त्याला अत्यंत आवश्यकता आहे.

*

भुतांची दुनिया

भुताखेतांच्या गोष्टी मला आजही आवडतात. भूत या प्राण्याचे आकर्षण अगदी लहानपणापासून. भुतांची दुनिया लहानपणी आपल्याला अगदी जवळची असते. जसजसे आपण मोठे होतो, तसतशी ही अद्भुत दुनिया आपल्यापासून हळूहळू दूर जाते. काही वेळा तर ती पूर्णपणे नाहीशीच होते. पण त्या रम्य बालपणात ही विलक्षण सृष्टी आपण पाहत बसतो. नव्हे, त्याच जगात आपण जगत असतो. तेव्हा आयुष्याला मोठा मजेदार रंग असतो.

माझ्या लहानपणी अशी अनेक भुते मला ठाऊक होती. आमच्या घोंगडे गल्लीतील चिंचबन तालमीला लागून सरकारी दवाखान्याची मागची बाजू होती. तिथल्या मोकळ्या पटांगणात एकच कवठीचे झाड होते. अंधार पडला की, ते पाठीमागचे आवार अगदी निर्मनुष्य व्हायचे. वाऱ्याने झाडाच्या फांद्या विचित्रपणे सळसळत. त्यातून त्या कवठीच्या झाडावर एक भूत होते. तो एक दांडगा पठाण आहे, असे जाणती माणसे सांगत. हा पठाण तिथं कशाला मरायला आला आणि ते कवठीचे झाडच त्याला का पसंत पडले, असले प्रश्न कुणी विचारीत नसे. पण पठाण असूनही ते भूत तसे शांत स्वभावाचे असावे. ऊठसूठ दंगा कर, कुणालातरी धरून घोळस, असले उद्योग त्याने केल्याचे फारसे ऐकिवात नव्हते. केव्हातरी एखाद्या तरण्या बाईला बाधा व्हायची आणि मग कळायचे की, ती संध्याकाळची कवठीखालून गेली होती. केव्हातरी एखादे पोरगे फणफणायचे. मग लोक म्हणायचे की, तो पठाण लागला आहे म्हणून. पण हे क्वचित. जवळच तालीम होती. दिवसरात्र तिथं पैलवान घुमायचे. तालमीत मारुतरायाचीही मूर्ती होती. त्याची कदाचित दहशत त्या पठाणाला वाटत असावी. म्हणून तो फारसा गडबड करीत नसावा. पण तरीसुद्धा एखाद्या धीट, चाणाक्ष माणसाला तो पठाण केव्हातरी दिसायचा. ते समजले की, आमची भीतीने गाळण उडायची. चुकून त्या पटांगणातून जायचा प्रसंग आलाच तर जीव मुठीत धरून, तोंडाने 'राम राम राम!' मंत्र म्हणत आम्ही पोरे धूम ठोकीत असू.

गंमत अशी की, गावात अशी अनेक भुते वस्ती करून राहिली होती. जुने पडके वाडे, ओसाड विहिरी या ठिकाणी तर ती असायचीच. पण एक भूत तर एका जुनाट वाड्याच्या संडासातसुद्धा होते. सोनाराचा केरबा हा आमचा लंगोटी मित्र. त्याच्या बापाला या संडासातल्या भुताने एकदा घोळसले होते. केरबा ती रोमांचकारी हकीकत फार चविष्टपणे सांगायचा.

"...आमच्या बाला काय ह्याची आयडिया न्हाई, काई न्हाई. जोराची लागली म्हणून गेला की त्या वाड्यातल्या संडासात. तिथं एका पैलवानाचं भूत. संध्याकाळचा टाईम. गेल्या गेल्या त्या भुतानं आमच्या बाला उचलून आदळलं. एकदम उशीच केली. बा सुदिक पैलवानच आमचा. त्यानंबी हिंमत केली. भुताला खोडाच घातला. मग काय संडासातच जोरदार दन्नादन्नी झाली. भुतानं लै घोळासलं आमच्या बाला. शेवटाला कसाबसा आमचा बा निसटून आला त्या संडासातनं. पन त्यो भेत न्हाई. आजूनबी त्या वाड्याच्या संडासाजवळनं चालला ना की, भुजा थोपटतो. मांडीवर शड्डू ठोकतो अन् त्या पैलवान भुताला म्हणतो,

"साल्या चालींज आपला. ये भाईर. तिथं संडासात काय लपून बसला हैस? भायेर ये म्हंजे मरस्तंवर कुचतो तुला. आसंल हिंमत तर ये भाईर."

भुताशी संडासात मारामारी करणारा केरबाचा बाप हा फारच धाडसी मनुष्य होता यात शंकाच नाही. कारण आमच्या गावातील संडास म्हणजे एक मनुष्य कसाबसा जाऊ शकेल अशी विचित्र जागा असायची. तिथे केरबाच्या बापाने मारामारी कशी काय केली असेल, याचे मला नेहमी आश्चर्य वाटायचे. ती ऐतिहासिक जागा एकदा समक्ष डोळ्यांनी पाहावी, असे माझ्या मनात मधूनमधून यायचे सुद्धा. पण आपल्यालाही त्या भुताने असेच कुचले तर? त्या भीतीने मी ती इच्छा मनातल्या मनातच ठेवली. भुताची ही भीती जावी यासाठी कुणीकुणी उपायही सुचवीत. स्मशानातील चितेची राख जर कपाळाला लावली तर भुताची बाधा अजिबात होत नाही, असे एका वडीलधाऱ्या जाणत्याने आम्हाला सांगितले. एकदा गोपाळपूरला जाताना वाटेतच स्मशान लागले. तिथल्या चितेतली ताजी राख आम्ही दहा-पाच पोरांनी कपाळाला फासली आणि निर्धास्त झालो. कदाचित त्यामुळेच हा भूत नावाचा प्रकार आम्हाला प्रत्यक्ष कधीच दिसला नाही.

निवांत वेळेला विशेषत: रात्री मोठ्या माणसांच्या फळीवर चालणाऱ्या गप्पा ऐकत बसले की, भुतासंबंधी खूप नवनवे ज्ञान प्राप्त होत असे. माणूस मेला आणि त्याची एखादी इच्छा, वासना राहिली की तो भूत होतो, ही ढोबळ माहिती आम्हाला होती. पण एकदा एका भडभुंज्याने आणखी एक रोमांचकारक अनुभव सांगितला. असाच विषय निघाला तेव्हा तळहातावरची तंबाखू चोळीत चोळीत तो गंभीरपणे म्हणाला,

“आमच्या जातीत आशी पद्धत है की, रातच्या टैमाला जर एखादा माणूस मेला तर रातचा त्याला पुरायचा न्हाई. त्याला तसाच ठिवायचा. उजाडल्यावर मसणात न्हायचा. तवर वाजंत्रीवाले बोलवायचे. त्यांनी त्या मुडद्याजवळ बसून ताशा, पिपाणी काय आसंल ते रातभर वाजवीत बसायचं. घरातली माणसं रडत आसत्यात आन् हे वाजवीत बसत्यात. पण त्या मुडद्यावर सारखं लक्ष ठेवायचं.”

“का, कशासाठी?”

“कुणी मुडदा वलांडून पलीकडं जायाचं न्हाई, असा कायदा है. जर एखाद्यानं मुडदा वलांडला तर त्या मुडद्याचं एकदम भूत होतं.”

“अरे बापरे! खरं?”

“मग काय लबाड बोलतोय काय? परत्यक्ष घडल्याली गोष्ट है ना! एकदा आमच्या त्या ह्याचा ह्यो आसाच मेला. परगावची गोष्ट है. रातचा टैम. मुडदा जिथं हुता त्या खोलीत एक पिपाणीवाला बसला पिपाणी वाजवीत. घरातली माणसं रडून रडून दमली अन् पलीकडच्या खोलीत बसली. मध्यान रात उलटून गेली. पिपाणीवालाबी वाजवून वाजवून दमला. आन् लागला पेंगायला. मधेच जागा हुयाचा. वाजवायचा. पुन्हा पेंगायचा. आन् मग जी एकदम मजा झाली! –”

“काय झालं?” मी धडधडत्या छातीने, श्वास रोखून प्रश्न केला.

“खोलीची खिडकी उघडीच होती. एक मांजर आलं. च्या मायला कुठूनतरी भायेरनं. खिडकीतनं आलं की खाली धप्पकन. आन् एकदम त्या मुडद्याच्या अंगावरून उडी मारून आत पळालं. झालं की, मुडदा वलांडला. त्याबरुबर त्या मुडद्याचं भूत झालं. बसला की त्यो मुडदा उठून. त्या पिपाणीवाल्याचा हात धरून त्याला हलिवलं. पिपाणीवाला जागा होऊन बघतोय तर मुडदाच उठून बसलेला. आहो, आसा मेला म्हणताय! खलास!... तिथल्या तिथंच धसक्यानं प्राण गेला त्याचा. आता बोला.”

“तू सोता बगितलंस हे बाबू?”

“मी नव्हतो. पन आमच्या चुलत्यानं बगितलं ना. त्यो समक्ष हुताच तिथं.”

भुतांच्या बाबतीत एवढाच एक घोटाळा असायचा. या सगळ्या हकीकती फार मार्मिक आणि अगदी खऱ्याखुऱ्या असत. फक्त सांगणाऱ्याने त्या कधी स्वत: बघितलेल्या नसत. आमच्या वडिलांनी पाहिले, आमच्या आज्जीला एखादा अनुभव आला, आमच्या चुलत्यानं एकदा प्रत्यक्ष डोळ्यांनी बघितलं, अशा त्या गोष्टी असत. भुतांच्या गोष्टीचे नायक नेहमी निवेदकाचे बाप, आजोबा, काका, मामा असे कुणीतरी नातेवाईक असतात, हे सत्य हळूहळू आम्हाला उमगत गेलं. प्रत्यक्ष भूत जरी कुणी कधी बघितले नसले तरी भुतांच्या राज्यातील नीतिनियम, कायदे यांची बारीकसारीक तपशीलवार माहिती मात्र या मंडळींना असे. आणि ही मंडळी ती

मोठ्या कळकळीने आम्हाला सांगत.

भुताचे पाय उलटे असतात, भूत पाणी ओलांडून पलीकडे कधी येत नाही, घोड्यावर बसलेल्या माणसाला ते काही करू शकत नाही, इत्यादी मौल्यवान माहिती आम्हाला याच काळात झाली.

एकदा रात्रीच्या अशाच मैफलीत गल्लीतले वडीलधारे, पोट सुटलेले एक जुनवान पैलवान म्हणाले, "हितं गावात काय घेऊन बसलाय?... भुताची खरी मजा मसणात. तिथं कायम वस्ती आसती त्यांची. आन् आमोशाच्या रात्री तर नुस्ता दंगा उसळतो तिथं –"

"म्हणजे, काय आसतं तिथं?" मी नम्रतेने विचारले.

"दर आमोशाला येताळाची पालखी निघत आसती. तिथं येताळ म्हणजे भुतांचा राजा. त्यो पालखीत बसल्याला आसतो आन् मागंफुडं भुतांची शेना आसती. नाच, आरडा... वरडा. हेऽऽऽ नुस्ता धांगडधिंगा चालल्याला आसतो. येताळाच्या पालखीला लाल चुटुक गोंडा आसतो. तो गोंडा जाऊन धरायचा. मग येताळ खूश होतो. तुमी मागाल ते देतो."

हे ऐकल्यावर किराणा दुकानात पुड्या बांधणारा हडकुळा सदू डोळे विस्फारून म्हणाला,

"हे लै झकास है मग. एकदाच हिंमत करायची आन् येताळाच्या पालखीचा गोंडा धरायचा. मग कडंपत्तुर बगायला नको. आपुन जे मागू ते येताळ देणार. पैसा... आडका... लाडू, शीरखंड –"

"हां समदं मिळंल. पन तो गोंडा धरनं सोपं काम न्हवं मर्दा. भुतं लै दंगा करत्यात. भ्या दावत्यात. अंगावर येत्यात. त्यातनं घुसून गोंडा धरायचा. म्हंजे किती धाडसीपना पाहिजे अंगात – आं?"

ही गोष्ट खरीच होती. वेताळाच्या पालखीचा गोंडा एकदाच धरायचा. बस्स! खलास. मग काय, आपण मागायचे आणि वेताळाने द्यायचे. पण हे घडणार कसे? एवढे मोठे धाडस कोण करणार? गावात काय धाडसी माणसे कमी होती? पण हे धाडस कुणी केल्याचे कधीच ऐकिवात नव्हते... पण म्हणून काय झाले? भुतांच्या दुनियेतील ही माहिती फार उपयुक्त आहे, यात शंकाच नाही. केव्हा ना केव्हा, कुणाला तरी तिचा उपयोग होईलच.

ही बहुमोल माहिती समजली त्याला आता कितीतरी वर्षे झाली. या अद्‌भुत दुनियेतले रंग आता उडाले आहेत. पण अजूनही मनात फार फार आहे. ज्या गोष्टी मिळायला पाहिजेत त्या मिळाल्या नाहीत की साहजिकच वाईट वाटते. एकदम मनात येते की, एकदा तरी धाडस करावेच. अमावास्येच्या मध्यरात्री उठावे आणि धीटपणाने स्मशानात जावे. तो देवदुर्लभ गोंडा धरावा. आयुष्यातले सगळे मोह

मिळवावेत आणि या नरदेहाचे सार्थक करून टाकावे....

पण कसचे काय अन् कसचे काय... या मोठ्या शहरात आमावास्या आली केव्हा अन् गेली केव्हा हेही कळत नाही. अन् इथले स्मशान तरी कसले चमत्कारिक विद्युतदीपांच्या लखलखाट, उद्यान, फुलझाडे, बसायला बाक... सगळा आनंदीआनंद आहे... तो वेताळ कशाला मरायला इथं येईल?

✻

फाशीच्या फळीवर मी

पुष्कळ वर्षांपूर्वीची गोष्ट आहे. एका मित्राच्या ओळखीने येरवडा कारागृह पाहण्याची संधी मिळाली होती. कारागृहाचे एक अधिकारी कारागृहातील प्रेक्षणीय (!) स्थळे दाखवीत होते. बऱ्याच गोष्टी पाहिल्या. महात्मा गांधी ज्या कोठडीत होते, त्या कोठडीपासून ते सामान्य कैद्यांच्या बराकीपर्यंत – अगदी स्वयंपाकघरापर्यंत – सगळे पाहिले. ते अधिकारी मोठ्या आस्थेने सगळी माहिती सांगत होते.

वातावरण अगदी शांत होते. कारागृहातील रक्षकांची, कैद्यांची आपापली कामे नेहमीप्रमाणे चालू होती. आतल्या छोट्या-मोठ्या मार्गाने अनेकजण येत-जात होते. त्या चार भिंतींच्या आड असलेले बंदिस्त जीवन संथपणे वाहत होते. कुठेही कसलीही गडबड नव्हती. आपण तुरुंग पाहतो आहोत असा थरारून टाकणारा अनुभव काही वाटतच नव्हता. बाहेरच्या जीवनाप्रमाणे इथले जीवनही सपक, आळणी वाटत होते.

सगळे कारागृह जवळ जवळ फिरून झाले. साहेब आमचा निरोप घ्यायच्या तयारीत दिसले. तेवढ्यात मला एकदम आठवले. कित्येक वर्षे मनात दबून राहिलेले कुतूहल एकदम उसळी मारून वर आले. पटकन मी विचारले, ''इथलं फाशीगेट कुठाय हो?''

कारागृहाच्या एका दिशेकडे हात करून साहेब म्हणाले,

''ते – त्या तिकडं आहे. का हो?''

''पाहायला मिळेल? मला फार उत्सुकता आहे फाशीगेटची जागा पाहायची.''

साहेबांनी क्षणभर विचार केला. मग ते म्हणाले, ''चला दाखवतो. आहे काय त्यात विशेष?....''

त्यांनी बरोबर असलेल्या रक्षकाला काहीतरी सांगितले. तो घाईघाईने निघून गेला. काय सांगितले कुणास ठाऊक? कदाचित त्या फाशीगेटला कुलूप वगैरे असावे. किल्ल्या आणायला सांगितले असेल. नेमके काही कळले नाही.

साहेब त्या दिशेने पुढे निघाले. आम्हीही त्यांच्यामागून हळूहळू चालू लागलो. कसलीतरी अनामिक भीती, उत्सुकता, आनंद... अशा अनेक भावनांचा कल्लोळ मनात उठला. आता आपल्याला काय पाहायला मिळते, अशा विचाराने छाती धडधडू लागली. बघवेल ना आपल्याला ती जागा? का डोके गरगरेल? होय, पुष्कळजणांचे असे होते. ऑपरेशन पाहायला म्हणून मोठ्या उत्सुकतेने ऑपरेशन थिएटरमध्ये जातात आणि डॉक्टरांनी पोटाचा पहिला छेद घेतला की कोलमडून पडतात. पेशंटच्या आधी त्यांच्यावरच उपचार करण्याची पाळी डॉक्टरवर येते... तसे नाही ना होणार?

क्षणभर माझे मलाच हसू आले. आपण थोडेच प्रत्यक्ष फाशी पाहायला निघालो आहोत? नुसती फाशी देण्याची जागा तर पाहणार आहोत.

किती अंतर चाललो ते आता आठवत नाही. पण कारागृहाच्या आवारातील एका कडेच्या बाजूला आलो आहोत असे वाटले. सगळीकडे पूर्ण शांतता होती. ती बहुधा कलती दुपार असावी. पाखरांचीसुद्धा कुठे कुलकुल ऐकू येत नव्हती.

एका दगडी भिंतीला असलेल्या दारातूनच आम्ही आत शिरलो.

साहेब पुढे चालत होते. ते म्हणाले,

"हेच ते फाशीगेट –"

धडधडणारी छाती सांभाळत मी त्या दारातून आत पुढे आलो. श्वास उगीचच कमी-अधिक झाल्यासारखे वाटले. स्वतःला सावरून मी सभोवार पाहिलं.

चारी बाजूला उंच भिंती. आत बरीचशी जागा रिकामीच. मध्यभागी उंचावर बांधलेली एक खोली. स्टेशनच्या बाहेर यार्डात रेल्वेची जशी केबिन असते ना, तशी खोलीच्या खाली रिकामी जागा. हल्ली मोठमोठ्या इमारतीत कार पार्किंगसाठी ठेवलेली असते तशी. वर ती केबिन किंवा खोली. वर जाण्यासाठी बाजूला जिना.

केबिनच्या खाली भुईवर वाळूचा ढीग होता. वाळूने भरलेले, तोंड उघडे असलेले एक पोते त्यातच पडलेले होते. वर फाशीच्या दोरीसारखे काहीतरी लोंबकळताना दिसत होते. बहुधा फाशी देताना गळ्याला लावतात तो चाप किंवा त्यासारखे काहीतरी होते.

– आणि सगळीकडे अगदी उदासवाणी शांतता होती.

बस्स! एवढेच!... छातीतले धडधडणे हळूहळू थांबले. श्वासही नियमित झाला. मन स्थिर झाले. यात घाबरण्यासारखे काय आहे? सगळा मनाचा खेळ. होळीतला जाळ आणि चितेतला जाळ एकच असतो. पण आपण मनाने काहीतरी कल्पना करीत असतो झाले. म्हणून चितेतला जाळ एखाद्या राक्षसासारखा वाटतो. आहे काय इथे घाबरण्यासारखे? वाळूसारखी वाळू आणि पोत्यासारखे पोते. दोरीसारखी दोरी. ती खोली, तो जिना, ते रिकामे आवार... सगळे नेहमीचेच....

तरीही अब्दअब्द मनी आले. नकळत श्वास रोखून मी वर पाहत राहिलो. जरा चुळबुळ केली. शेवटी विचारलेच.

"वर जाऊन बघितलं तर चालेल?" साहेब हसले.

"चला ना, आता इथपर्यंत आलोच आहोत तर वरही जाऊ. सगळंच दाखवतो तुम्हाला."

केबिनकडे जाणाऱ्या जिन्याची एकेक पायरी चढून आम्ही दोघे-चौघे वर गेलो. बाकीची माणसे घरातलाच जिना चढावा तशा सहजपणे वर चालली होती. माझी छाती मात्र पुन्हा धडधडली. एकेक पायरी डोळे भरून पाहत इकडे तिकडे उगीचच दृष्टीक्षेप करीत, सावकाश मी वर चढलो. मनात अनंत विचार आले. फाशी जाणाऱ्या कैद्याला याच जिन्याने वर नेत असतील. त्या वेळी तो अशीच एकेक पायरी वर चढून जात असेल. एकेका पायरीबरोबर त्याच्या मनाची काय अवस्था होत असेल? शेवटची पायरी चढल्यावर?

अंग एकदम शहारले. त्या नुसत्या कल्पनेनेच पोटात खड्डा पडल्यासारखे वाटले. जीभ, ओठ कोरडे झाले होते. उगाचच ओठांवरून जीभ फिरवून ओठ ओले करीत, घोगऱ्या सुरात मी विचारले,

"काय वाटत असेल हो, त्या कैद्याला या पायऱ्या चढताना?"

साहेबांच्या बरोबरचा एक रक्षक मोठा उत्साही दिसला. तो चटकन म्हणाला,

"कैद्याला साहेब, हितं आनल्यावर आमी तसं ठिवतच न्हाई. त्याच्या तोंडावर कॅप घालतो. त्याला भीती वाटूने म्हणून. हितं उभा केला की दोन्ही पाय जुळवून बांधायचे. हातबी मागं बांधल्यालंच असत्यात. मग ह्यो फास गळ्याला अडकावत्यात."

त्याने एकदम वर लोंबकळणाऱ्या फासाकडे बोट केले. मी मनातून एकदम चरकलोच. फासाकडे बघत बघत थोडा पुढे सरकलो. मग खाली पाहिले....

त्या फासांच्या बरोबर खाली एक लाकडी फळी होती. आता मी नेमका त्या फळीवरच उभा होतो. उजव्या हाताला जवळच रेल्वेच्या केबिनमध्ये रुळाचा सांधा बदलायचा दांडा किंवा खटका असतो तसा दांडा होता.

मी त्या दांड्याकडे कुतूहलाने पाहत राहिलो. साहेबांच्या ते लक्षात आले. ते म्हणाले,

"ज्या फळीवर तुम्ही आत्ता उभे आहात ना, तीच ही फाशीची फळी. कैद्याला बरोबर इथंच उभं करतात. या फळीचे दोन भाग आहेत. कैद्याच्या गळ्यात फास नीट अडकवला, की हा दांडा ओढायचा. म्हणजे फळीचे हे दोन्ही भाग एकदम दोन बाजूला पडतात आणि पोकळी निर्माण होते. कैद्याच्या पायाखालचा आधार एकदम सुटतो आणि तो लोंबकळतो. खाली त्याच्या वजनाइतकं वाळूचं पोतं दोराला बांधलेलं असतं. ते वर येतं अन् हा खाली जातो. तसाच लोंबकळत राहतो.

मिनिटाच्या आत खेळ खलास –''

फास वर लोंबकळत होता. मी जवळच उभा होतो. तो हाताने धरावा आणि क्षणभर गळ्याला लावून उभे राहावे अशी एक विचित्र अफलातून कल्पना एकदम मनात येऊन गेली. पण न जाणो, तेवढ्यात कुणी दांडा ओढला तर? उगीच पंचाईत होईल म्हणून मी हळूच त्या फळीवरून बाजूला सरकलो. हात लावलेली ती लोंबकळणारी भयंकर वस्तू सोडून दिली. फाशीच्या त्या भयानक फळीवरून पाठीमागे झालो. नाही म्हटले तरी सबंध अंगातून भीतीची एक थरथर विजेसारखी येऊन गेली. मन क्षणभर बधिर झाले.

मग आवंढा गिळून विचारले, ''किती वेळ लागतो हो प्राण जायला?''

रक्षक बेफिकीर मुद्रेने म्हणाला, ''अर्ध्या मिनिटात खेळ खलास, साहेब –''

''अर्ध्या मिनिटात?''

''अर्धा मिनिट म्हंजेसुद्धा फार झालं साहेब. काही सेकंद. खटका वढल्यावर चाप घट्ट बसतो गळ्यात. काही जण शेवटचं वरडत्यात – 'बजरंग बली की जय' म्हणून. पण 'बजरंग' एवढाच शब्द निघतो तोंडातून. तेवढ्यात खेळ खत्‌म. 'बली की जय' हे राहतं आतल्या आत –''

ऐकता ऐकता त्या फाशीच्या फळीवर पुन्हा एकदा उभा राहिलो. ती फळी, तो फास, तो खटका या सगळ्यांकडे निर्विकारपणे पाहण्याचा प्रयत्न केला. पण जमेना. मनात अनेक कल्लोळ उठले.

एकदम आठवण आली. अधीरपणे विचारले,

''चाफेकर बंधूंना इथंच फासावर लटकवलं का? हीच ती जागा?''

साहेबांनी नकारार्थी मान हलवली, ''नाही – त्या वेळी फाशीगेट तिकडं होतं. नंतर ते बदलून इथं केलं.''

माझी थोडी निराशा झाली. चाफेकर बंधूंच्या बलिदानाची जागा हीच असे ते म्हणाले असते तर? एखाद्या पवित्र, शुचिर्भूत स्थानाकडे ज्या आदराने पाहावे, त्यादृष्टीने मी या फाशीगेटकडे पाहिले असते. ही जागा पाहिल्याची धन्यता वाटली असती. केवढ्या अलौकिक धैर्यानं ते तिघेही भाऊ इथल्या वधस्तंभावर चढले होते....!

रक्षक म्हणाला,

''त्यांची गोष्ट वेगळी साहेब. बाकीचे कैदी फाशीगेटकडे निघायचे म्हटल्यावर माशासारखी तडफड तडफड करतात. मोठमोठे खुनी, दरोडेखोर – पण फाशीगेटकडं जाताना चालता येत नाही त्यांना. पाय पार जात्यात. आमच्या शिपायांना अक्षरश: काही वेळेला त्यांना फरफटत वढून न्यावं लागतं.''

बोलत बोलतच त्या फाशीगेटच्या पायऱ्या उतरू लागलो. मनात आले की,

या पायऱ्या चढून वर आलेले अनेक असतील. पण पायऱ्या पुन्हा उतरून खाली येण्याचे भाग्य एकाच्या तरी कपाळी असेल का? कुठून असणार?

आपण पुन्हा सुखरूप आलो यातच आनंद आहे!....

■

माणसे पण काय एकेक असतात!... दुसऱ्या एका लहानशा कारागृहात तिथल्या जेलरसाहेबांच्या खोलीत मी बसलो होतो. काहीतरी गप्पागोष्टी चालल्या होत्या. जेलरसाहेबही चांगले खंदे गप्पिष्ट दिसले. येरवड्याच्या कारागृहातील फाशीगेट पाहण्याचा हा थरारक अनुभव त्यांना सांगितला तेव्हा ते हसले. म्हणाले, ''तुम्ही बाहेरची माणसं. केव्हा तरी एकदा पाहता अन् थरारून जाता. अहो, हे नेहमीचंच आम्हाला. हे सगळं प्रत्यक्ष अनुभवलंय ना आम्ही. अशाच एका सेंट्रल जेलमध्ये मी पण काम केलंय काही वर्षं. फार जपावं लागतं बरं फाशी जाणाऱ्या कैद्याला. फाशी जायच्या आधी तो धट्टाकट्टा पाहिजे. हां – मरता कामा नये. त्याचे प्राण कायद्यानुसार घ्यायचे असतात. म्हणून त्याच्या प्राणांचं जिवापलीकडे रक्षण करावं लागतं आम्हा अधिकाऱ्यांना.''

''असं?''

''मग! जर तो फाशी द्यायच्या आधीच मेला... जखमी झाला म्हणा – आत्महत्या केली म्हणा – मग आम्ही तिथले अधिकारी मेलोच म्हणून समजा. एकदा काय झालं, माहीत आहे?''

''काय झालं?''

''अहो, एका कैद्याला फाशी द्यायचं होतं. फाशी द्यायचा दिवस जसजसा जवळ आला, तसं त्राण गेलंच त्याचं. अन् फाशी द्यायच्या आधी एक-दोन तास मध्यरात्रीच खलास स्वारी.''

''म्हणजे?''

''हार्ट फेल...! दुसरं काय?''

''अरे बापरे...! मग?''

''मग काय? मेलो ना आम्ही. एवीतेवी फाशी जायचाय – मरायचा मग आधीच मेला तर काही बिघडलं का? पण सरकारचं तसं नसतं... कोण मेला... का मेला, कसा मेला, कुठं मेला... सगळ्या चौकशा सुरू अन् आमची इकडं पाकपुक...''

''मग?''

''अहो, मग काय? म्हटलं, ती वेळच नको यायला. जेलच्या डॉक्टरसाहेबांना विश्वासात घेतलं. बाकीची माणसं आमची नेहमीची विश्वासतली होतीच. तो मेलेला नाहीच असं आम्ही ठरवून टाकलं. पहाटे त्याला तसाच उचलला. उभा केला अन्

दरादरा ओढत ओढत फाशीगेटाकडं नेला. बरं, संशय यायचं कारणच नाही. फाशी जाणाऱ्यांनी बहुतेकांची अवस्था तशी होतच असते. कुणाला संशय येणार? नेला फाशीगेटात, वर नेऊन फास अडकवला त्याच्या गळ्यात अन् ओढला दांडा अन् काय?

जेलरसाहेब तोंड भरून हसले. मी तरी दुसरे काय करणार? मीही थोडासा हसलो. मनातल्या मनात मात्र कपाळ बडवून घेतलं. मनात म्हटलं, एकूण मृत्यूच्या महाद्वारातही 'अशा भयंकर गमती' घडतात तर!

✳

दिवाळीतील लढाई

दिवाळी जवळ आली की आमच्या गावात एकदम नवा उत्साह निर्माण व्हायचा. पण त्याचे कारण मात्र वेगळे होते. गावात दोन पक्ष किंवा दोन पार्ट्या. एक तुरीवाले आणि दुसरे कलगीवाले. गावाच्या मध्यातून पृथ्वीवरच्या विषुववृत्ताप्रमाणेच एक काल्पनिक रेषा गेलेली होती. त्या रेषेच्या पलीकडे राहणारे ते कलगीवाले आणि अलीकडच्या भागात राहणारे ते तुरीवाले. 'कलगीवाले' हा शुद्ध शब्द मला नंतरच ठाऊक झाला. त्या वेळच्या लोकांच्या तोंडी असलेला शब्द म्हणजे 'कणगीवाले.' ही विषुववृत्तासारखी जबदरस्त रेष कुणी निर्माण केली? गावाचे हे दोन भाग कुणी पाडले? कलगीवाले, तुरीवाले ही अध्यात्मातली नावे पडली तरी कशी? आम्हाला काहीच ठाऊक नव्हते. गावातही कुणाला ठाऊक नव्हते. पण या दोन पार्ट्यांत चुरस फार. भांडाभांडीही पुष्कळ. प्राथमिक शाळेत असताना एकदा मी रस्त्याने चाललो होतो. वाटेतच कुठेतरी पोरांचे टोळके फळीवर बसले होते. मला पाहिल्यावर त्यातल्या एकाने चुगली केली,

"अरे, ते कणगीवाल्याचं पोरगं चाललंय बघ. धरा त्याला –"

माझ्याभोवती त्या पाच-सात पोरांचा जमाव गोळा झाला. एकाने सैनिकी थाटात खात्री करून घेतली, "ए, कुठं राहतोस रे?"

मी घाबरून गेलो. कापत कापत म्हणालो,

"काळ्या मारुतीजवळ."

"अरे, गाबडं कणगीवाल्याचंच है. हाणा साल्याला –"

कुणीतरी उगीचच पाठीत एक सटका लगावला. दुसऱ्या एका क्षमाशील पोराने मला बाहेर काढले. "पळ लवकर. न्हाईतर ही पोरं ठोकतील बघ तुला. पळ...!"

अशी उपयुक्त माहिती दिली. त्याबरोबर मी दप्तर सांभाळीत जी धूम ठोकली ती शाळेत आल्यावरच थांबलो. मी काळ्या मारुतीजवळ राहतो म्हणून मी 'कणगीवाला' आहे, हे त्या दिवशी मला पहिल्यांदा समजले. आपण कुठंतरी आहोत या कल्पनेने बरेही वाटले. वर्गातल्या एका मित्राला पुढे मी हा वृत्तांत सांगितला तेव्हा तो गंभीर

होऊन म्हणाला,

"ती तुरीवाल्याची पोरं आसतील. आपली शाळा त्यांच्या भागात है रं. तू तिकडनं येऊच नको. मोठ्या रस्त्यानं येत जा."

गावातले हे दोन भाग त्या दिवशी मला पहिल्यांदा समजले. आपण रोज शाळेत जातो म्हणजे रोजच्या रोज शत्रूच्या शिबिरातच प्रवेश करीत असतो, हेही लक्षात आले आणि मी गनिमी सैनिकाच्या दक्षतेने इकडे-तिकडे पाहत रोज शाळेची वाटचाल करू लागलो. त्यामुळेच असेल कदाचित, पण पुढे कोणीही मला हटकले नाही. पुढे वर्षा-दीडवर्षांने तर आमचे बिऱ्हाडच बदलले. काळा मारुती सोडून आम्ही तांबड्या मारुतीजवळ राहायला आलो. आता अगदी तुरीवालेच झालो. त्यामुळे मग भीतीचे कारणच उरले नाही.

ही तुरीवाले-कलगीवाले स्पर्धा वर्षभर चालूच असायची. शिमग्याच्या दिवसात एकमेकांच्या मुलखात शिरून निदान शाब्दिक युद्ध तरी झालेच पाहिजे! एकमेकांच्या नावाने शंखध्वनी करणे, शिव्या घालणे हा पराक्रमाचाच भाग! एकदा तर कलगीवाल्याच्या भागातली गवळ्याची दहा-पंधरा थोराड पोरं शंख करीत भर रस्त्यातून तुरीवाल्यांचा उद्धार करीत आमच्या दारावरून गेली. 'अच्छेर दुधात पावशेर पाणी; तुरीवाल्यांचा खेकडा तानी' असे तुच्छतेने म्हणत म्हणत गेली. मी मूळचा कणगीवालाच असल्यामुळे मलाही ते ऐकून थोड्या गुदगुल्या झाल्या. शिवाय 'खेकडा तानी' हा एक आर्ष शब्दप्रयोग नव्यानेच कळला. तो लाभ निराळाच.

पण या किरकोळ चकमकी. खरी लढाई व्हायची ती दिवाळीच्या दिवसांत. लढाई म्हणजे अक्षरश: लढाईच. त्याचे रणांगण म्हणजे चंद्रभागेचे विस्तृत वाळवंट, पोकळ कवठं किंवा नारळ ही या युद्धातली प्रभावी अस्त्रे. महिना-महिना या लढाईची तयारी चाललेली असे. आपल्या भागातील दुकानदार, प्रतिष्ठित नागरिक, सुखवस्तू श्रीमंत यांच्याकडे हेलपाटे घालून तालमीतली मंडळी वर्गणी गोळा करीत. घरात शिरल्याबरोबरच या टोळक्याचा म्होरक्या अगदी बाका प्रसंग ओढविल्यासारखी मुद्रा करून म्हणे,

"वकीलसाहेब, या खेपेला वर्गणी जास्त पायजे."

"का रे बाबा?"

"यंदा कणगीवाल्यांनी जोरात तयारी धरलीय. दाबून पैसा गोळा केलाय. एकट्या नबीलालनं मणभर दारू वर्गणी म्हणून दिलीय. आपली पण तोडीस तोड तयारी पायजे. न्हाई तर ही पोरं नाराज होत्याल आपली."

जमलेली पोरंही नाराजीची मुद्रा धारण करून उभी राहत आणि देणाऱ्याला काहीतरी वाढवून द्यावेच लागे.

या पैशातून पोकळ झालेले नारळ-कवठे यांची पोतीच्या पोती तालमीत

आणली जात. उडवायची दारूही आणली जाई आणि मग या पोकळ नारळ-कवठांत दारू कुचायचे काम हिरिरीने सुरू होई. गल्लीतली सगळी पोरं गोळा करून या कामाला लागायची. तालमीतल्या फरशीवर दारूचा ढिगारा पडलेला असे. त्याच्याभोवती बसून आम्ही ती दारू नारळात-कवठात भरायची. अगदी दाबून दाबून भरायची. तपकिरीच्या दुकानात तपकीरवाला जसा दाबून दाबून तपकीर डबीत बसवतो ना तशी. आमच्या या कामावर तालमीतल्या उस्तादाची किंवा एखाद्या पोट सुटलेल्या वडीलधाऱ्या पैलवानाची देखरेख असे. तो मधेच येऊन आम्हाला सांगे,

"चांगली कुचा रे दारू. हालगर्जीपणा करू नका. झकास पेटली पायजेत. पोकळ ठिवाल तर आपल्या गड्याच्या हातातच नारळ फुटंल आन् हात खलास हुईल."

अशी दोन्ही पक्षांची तयारी होई आणि बघता बघता दिवाळी येई. नरकचतुर्दशी, अमावास्या व पाडवा हे तीन दिवस रोज रात्री ही लढाई चाले. घाट आणि गावाकडची डगर इथपासून तो नदीच्या पात्रापर्यंत – नव्हे पात्रात सुद्धा. निरनिराळ्या तालमी आपापल्या जागा धरून असायच्या. शिंदे, होळकर, गायकवाड, हुजूरात यांच्या जागा जशा पूर्वी ठरलेल्या असायच्या तशा या तालमीच्या जागा ठरलेल्या असत. अंधार पडून आठ-साडेआठ झाले की या लढाईला प्रारंभ होई. दोन्ही बाजूची कवठे-नारळे पेटत. दोन्ही हातात ही पेटलेली शस्त्रे घेऊन निरनिराळ्या तालमीचे एकेक पराक्रमी वीर त्या रणांगणात अक्षरशः नाचत. प्रतिपक्षावर ही शस्त्रे फेकून मारीत. सगळे गाव ही नयनाभिराम लढाई पाहायला निरनिराळ्या घाटावर जमलेले असे. प्रचंड कोलाहल सुरू होई. वीरांच्या आरोळ्या, फुटणाऱ्या नारळा-कवठांचे आवाज, दारूची आतषबाजी यांचा एकच जल्लोष उडे. त्या गडद अंधारात हा एकमेव झळाळणारा उग्र प्रकाश दिसे. बत्त्या, बॅटरी यांना अजिबात परवानगी नाही. कुणी चुकून बॅटरी पेटवली तर आरडाओरडा होई.

असा कवठा-नारळाचा मारा करीत विजयाच्या गर्जना करीत बिनीचे वीर एक फळी धरून पुढे पुढे सरकत. दारूगोळ्याचा साठा लांब पाठीमागे. तिथून काही वीर पुढच्या आघाडीला रसद पुरवीत. ते येताहेत हे कळावे म्हणून त्यांच्या कमरेला घुंगराची माळ लटकावलेली असे. त्यांच्या खुळुम् खुळुम् आवाजाने रसद येत आहे हे कळायचे आणि आघाडीच्या वीराला चेव चढायचा. असा मारा करीत करीत एकेक घाट जिंकत जायचे. घाट जिंकला की तेथे लाल किंवा हिरवी पणती लावायची. ही जिंकल्याची खूण. कधी तुरीवाले जिंकत तर कधी कणगीवाले. त्या दिवशीचा दारूगोळा संपला तर दगडांची फेकाफेक! त्यात आमचा पराभव झाला की, आम्ही पोरे खट्टू होत असू. दुसऱ्या दिवशी दिवसभर गावात तीच चर्चा चाले. वडीलधारी, जुनी माणसे आम्हाला धीर देत म्हणत,

"अरे, काल आमुशा हुती ना? आमुशाला कणगीवाल्याचा हमेशा जोर असतोच. ते कायम जिंकणार. आजचा पाडव्याचा दिवस आपला आसतोय. आज आपुन जिंकतोय का न्हाई, बघा तर खरं."

हे ऐकल्यावर आम्हालाही बरे वाटे. पुन्हा लढाईसाठी (म्हणजे ती पाहण्यासाठी) अंगात चेव येई.

दिवाळीच्या त्या तीन दिवसांत रोज दोन तास तरी ही लढाई चालेच. ती पाहायला सारे गाव तर लोटायचेच, पण परगावाहून शेकडो माणसे येत. नदीचे सगळे घाट आणि काठ माणसांनीच गच्च भरलेले असत. खरोखरीच पाडव्याच्या दिवशी आम्ही जिंकायचे. मग काय आनंदच आनंद! तुरीवाल्यांनी जिंकली की त्यांच्या तालमी जयघोष करीत. शिप्तरे वाजवीत. छावणीकडे (म्हणजे आपापल्या गल्लीकडे) परतत. आमची चिंचबन तालीम तर विचारू नका!... जयघोष करीत, पत्र्याची शिप्तरे वाजवीत – "चिंचबन तालीम की दो चारो धीन'... 'बागडाबाई की दो चारो धीन...' असा आरडाओरडा करीत आम्ही परत येत असू.

या लढाईत बरीच मंडळी जायबंदी होत. कुणाचे हातपाय भाजत, कित्येकांची डोकी फुटत. भाग्याचा एक डोळाच कसा निकामी झाला याची हकीकत नंतर कळे. सरकारी दवाखान्यात जखमी वीरांची कित्येक दिवस उपचारासाठी रांग लागे. कित्येक बहाद्दर दोन दोन महिने अंथरुणावर पडत. आम्हाला चुटपुट लागे. पण ही सगळी हकीकत ऐकली की वडीलधारी मंडळी मात्र संतुष्ट चित्ताने म्हणत,

"अरे, एवढं पाहिजेच! वर्षवर्ष तालमीत मेहनत करून अंगात रग आलेली आसती. ती जिरायला तर नको? आता वर्षभर काही कटकट नाही. नाही तर आपल्याला गल्लीतल्या लोकांनाच त्याचा ताप झाला असता. बाबांनो, जे होतंय ते भल्यासाठीच!"

*

निद्रादेवीची आराधना

लहानपणी माझा वाचनाचा सपाटा फार मोठा होता. दिसेल ते पुस्तक नाकाला लावून मी ते वाचून टाकीत असे. त्यात कथा-कादंबऱ्या या जास्त आवडीच्या. ही पुस्तके वाचून वाचून काही शब्दप्रयोग मला अगदी पाठ झाले होते. जुन्या कादंबऱ्यांच्या प्रकरणाची सुरुवात 'सहस्र रश्मीने आपले किरणांचे जाळे नुकतेच आवरले होते,' अशी हमखास असायचीच आणि तशी ती दिसली म्हणजे दीड ते दोन पाने एकदम उलटायची आणि त्या परिच्छेदाच्या शेवटचे वाक्य 'अशा वेळी एक घोडेस्वार तुफान वेगाने त्या निर्जन अरण्यातून चालला होता', असे आले की मग ती कादंबरी पुढे चालू व्हायची, हे माझे गणित अगदी पक्के बसलेले होते. 'पण... हाय, हाय!...' 'हायरे दैवा!'... असा शब्दप्रयोग आला की, मीही सुस्कारा सोडून क्षणभर थांबत असे आणि शेजारी ठेवलेल्या वाटीतील शेंगदाणे तोंडात कोंबून पुन्हा पुढे उत्साहाने वाचायला सुरुवात करीत असे. 'जगन्नियंता' हे परमेश्वराचे टोपण नाव जुन्या कादंबऱ्यांमुळेच मला माहीत झाले. 'अल्लड बालिका' तर या कादंबऱ्यांतून इतक्या भेटल्या की काही विचारू नका. 'अल्लड' म्हटले की 'बालिका' आणि बालिका ही अल्लड असतेच ही माझी दृढ समजूत होऊन गेली होती.

यातल्याच एका शब्दप्रयोगाशी मात्र माझी गाडी नेहमी अडून राहत असे. हा शब्दप्रयोग म्हणजे 'निद्रादेवीची आराधना'. कादंबरीतील कुठलेही पान 'यानंतर तो लगेचच निद्रेच्या आधीन झाला...' असे असले म्हणजे मला ते समजत असे आणि आवडतही असे. पण 'त्याने कितीतरी वेळ निद्रादेवीची आराधना चालवली होती' या वाक्याचा अर्थ मात्र मला लागता लागत नसे. निद्रादेवीची आराधना का करावी लागते? आणि तरीही ती लवकर प्रसन्न झाली नाही म्हणजे काय? मला स्वतःला हा अनुभव बिलकूल नव्हता. आधी निद्रा ही देवी कशी याचेच कोडे वाटे. ज्यांच्याकडे आपण माणसे स्वतःहून जातो ते देव किंवा देवी. जी आपणहून आपल्याकडे येते ती देवी कशी? निद्रा किंवा झोप या गोष्टीबद्दल माझी कधीच तक्रार नव्हती. ती आपणहून तर येत असेच पण इतक्या झपाट्याने येत असे की, माझे

मलाही समजत नसे. ही निद्रादेवी पुन्हा एकदा नव्हे तर दोनदा तरी येई. रात्री तर ती आठ-दहा तास मुक्काम करी. पण चांडाळीण जेवण झाल्यावर भर दुपारीही येई आणि मला आपल्या साम्राज्यात घेऊन जाई. सुट्टीत ही चैन ठीक असे. पण शाळा सुरू असली म्हणजे फार पंचाईत होई. जेवण केल्याकेल्या शाळेत धाव घेतली की विशिष्ट तासाला मी तिच्या या प्रसिद्ध साम्राज्यात बराच वेळ विहार करीत असे. त्यामुळे गुरुजींची बऱ्याच वेळा बोलणी खावी लागत. पण माझा अगदी निरुपायच होई. त्या विशिष्ट वेळेला पेंग ही यायचीच. दुपारी घरी झोपलो तर उत्तमपैकी झोपच येई. अगदी गाढ झोप! त्या वेळी जवळपास एखादा उत्पात जरी घडला तरी मला त्याचा पत्ता लागायचा नाही. माझ्या एका मित्राने मला उठविण्यासाठी एकदा एक जालीम उपाय केला. चोरून पोहायला जाऊन त्याच्या घरीच मी आडवा झालो. झोपताना मी त्याला म्हणालो,

"चार-साडेचारला उठव रे मला. वडील कोर्टातनं यायच्या आत मला घरी गेलं पाहिजे.''

"मित्र म्हणाला, "बरोबर उठवतो. तू काळजीच सोड.''

चार-साडेचार वाजता त्याने मला हाका मारल्या. गदगदा हलवले. पण मी जागा झालो नाही. मग तो फार खटाटोपात पडलाच नाही. त्याने कागदाची सुरळी करून माझ्या पायाच्या दोन बोटांच्या फटीत अडकवली आणि काडी ओढून ती सरळ पेटवून दिली. सुरळी पेटली आणि जळत जळत माझ्या बोटाला चांगला जोरदार चटका बसला तेव्हा मी जागा झालो. पायाच्या बोटातून नुसता धूरच निघालेला दिसला तेव्हा फारच घाबरलो. आपला पाय एकाएकी कशाने पेटला हे मला काही क्षण उमजेना. नंतर समजले तेव्हा मित्र म्हणाला, "झोप का काय तुझी ही? तुला उठवायचं म्हणजे असाच अघोरी उपाय करायला पाहिजे.''

एकदा तर मी मामाच्या खोलीवर रात्री झोपलो. आमचे मामा, त्यांचे शेजारचे मित्र सगळे रात्रीच्या सिनेमाला गेले. मी आतून कडी लावून झोपलो. इतकी गाढ झोप लागली की काय सांगावे? सिनेमा संपल्यावर मामा आणि त्यांचे मित्र आले. त्यांनी हाका मारल्या, दार ठोठावले, कडी वाजवली, पण मला जाग म्हणून नाही. शेवटी दार धडाधड आपटले. हाकांचा आरडाओरड झाला. उघड्या खिडकीतून कुणीतरी बादली आणून त्यातील पाणी अंगावर फेकण्याचा प्रयत्न केला. पण मला कशाचाही पत्ता नाही. शेवटी केव्हातरी जाग आली आणि मी खोलीचे दार उघडले. मामा आमचे चिडलेच होते. त्यांनी रागारागाने ओठ चावले. त्यांच्या मित्राने तर खाली वाकून मला नमस्कारच केला. म्हणाले,

"भाग्यवान आहेस!... अशी गाढ झोप आम्हाला जन्मात ठाऊक नाही. जय हो....!''

झोपेचे आणि माझे सख्य त्या काळात फार होते. निद्रादेवीचा मी लाडका भक्त होतो. आमच्या गावात तर या देवीचे लाडके भक्त खूप. ते कुठेही झोपत आणि तरी त्यांची झोप अगदी गाढ असायची. पलंगावर झोपून लोळत लोळत खाली आदळण्याचा प्रकार माझ्या बाबतीत एक-दोनदा घडलेला होता. पण हे लोक तर दुकानाच्या अरुंद फळ्यांवर झोपत. मला त्यांचा फारच हेवा वाटे. म्हणून अशा अरुंद फळीवरदेखील झोपण्याचा मी पुढे सराव केला आणि त्यात यशस्वीही झालो.

फळीवरच्या झोपेतही खूप गमती असतात; हे मी एका मित्राला सांगितले तेव्हा तो म्हणाला, "ह्यॅ! बेकार लोक फळीवर झोपतात. खरी मजा झोपेची कुठं, माहीत आहे?"

"कुठं?"

"नदीच्या वाळवंटात. मस्त वाळूत सतरंजी टाकून पडायचं. गार वारं वाहात असतं. अशी फर्मास झोप लागते म्हणतोस! फटफटस्तोवर हूं का चूं नाही."

आमचे चंद्रभागेचे वाळवंट फार सुंदर आहे. जुन्या काळापासून प्रसिद्ध. तेथे कीर्तन होतं. संध्याकाळी आम्ही फिरायला या वाळवंटात जात असू आणि चिवडा खात असू. यात्रेच्या वेळी माणसं तेथे झोपत असतील. पण एरवी निर्मनुष्य वाळवंटात रात्री झोपायला कोणी जात असेल, याची मला कल्पना नव्हती. मला ती कल्पना फारच आकर्षक वाटली. मी उत्साहाने मित्राला म्हणालो,

"आपण पण एकदा वाळवंटात झोपू या. काय मजा येते ते पाहायला पाहिजे."

"जाऊ या. ठरलं."

आम्ही दोघे-तिघे खरोखरच उघड्या वाळवंटात रात्री झोपायला म्हणून गेलो. मऊ वाळूत सतरंजी अंथरली. पांघरूण अंगावर ओढून घेतले आणि उशी डोक्याखाली घेऊन पडलो. ते शुक्ल पक्षातल्या चांदण्याचे दिवस होते. सबंध आभाळ डोळ्यात सामावत होते आणि चंद्रमा लखलखत होता. गार वाऱ्याच्या झुळकी अंगाला लहान लहान मुलांसारख्या बिलगत होत्या. भोवताली सगळे विलक्षण शांत शांत होते. सगळे इतके प्रसन्न आणि सुखद होते की, बराच वेळ झोपच येईना. कितीतरी वेळ आम्ही गप्पा मारल्या. पुन्हा डोळे मिटले. पण झोप काही येईचना. सगळे अंग कसे हलके, हलके पिसासारखे झाले होते आणि तरीही त्या सुखात गुदमरल्यामुळे झोप मात्र येईना.

शेवटी उत्तररात्री, नदीचे पाणी अगदी स्तब्ध झाल्यावर आणि तो लाडिक गारवा आणखी वाढल्यावर केव्हातरी आम्हाला झोप लागली! आणि पहाटेच्या वाढत्या गारव्याने जागही लवकर आली.

अशी सुंदर झोप पुन्हा कधी अनुभवली नाही....!

कडाक्याच्या थंडीत रानातली माणसे उघड्यावर कशी झोपत असतील?

शेकोटीजवळ झोपलो तरी एक बाजू गरम राहते, तर दुसरी बाजू गारगार होत जाते. माझ्या गावाकडचा मित्र आबा एकदा म्हणाला,

''माझ्या शेतात अशीच पंचाईत झाली माझी एकदा. वाटेकरी म्हणाला, आबासाहेब, तुम्ही या साळवणाच्या ढिगात झोपा. थंडीचं नाव निघणार नाही. मी झोपलो की रे साळवणाचा ढीग अंगावर घेऊन. खरोखर मस्त झोप लागली. थंडीबिंडी कुछ नही...''

आबाच्या शेतात साळीचे पीक असे. साळ काढून झाली सगळी की त्याच्या काडांचा ढीग रानात पडलेला असे. मी अनेकवेळा त्याच्या रानात तो पाहिला होता. पण या ढिगाचा उपयोग झोपेसाठी होतो हे नवल मला ठाऊक नव्हते. साळवणाचा ढीग अंगावर घेऊन झोपायचे ही कल्पनाच मला फार मोहक वाटली. मी म्हणालो,

''एकदा गड्या साळवणात तुझ्या झोपायचं. बघू, कसं वाटतं ते.''

''अरे, उजाडलेलं कळायचं नाही तुला.''

''बघू तर खरं –''

पुढे थंडीचे आणि हुरड्याचे दिवस आले. आमचे नक्की ठरले. सकाळी हुरडा तर खायचाच, पण आधीच्या रात्री मुक्कामाला रानात जायचे. साळवण अंगावर घेऊन झकास झोपायचे.

त्याच वेळेला नेमके श्री. गो. नी. दांडेकर हे पाहुणे म्हणून आले. त्यांनाही ती कल्पना आवडली. आम्ही तिघेही गावापासून पाच-सहा मैलांवर असलेल्या आबाच्या शेताकडे पायी चालत गेलो. शेताला लागून असलेल्या ओढ्यातून आम्ही चाललो. वेळ संध्याकाळची होती. एकदम दांडेकरांना वाटेत काहीतरी पडलेलं दिसलं. त्यांनी धावत धावत जाऊन ती वस्तू उचलली. उंच हात करून ती दाखवली.

सबंध वाटेत आडवी पडलेली दहा-बारा फूट लांबीची ती सापाची ओलीकच्ची कात होती.

आबा म्हणाला,

''आमच्या रानात दोन नाग आहेत. एक नाग अन् एक नागीण. दोन्ही दहा-पंधरा फूट तरी लांब आहेत. कुठल्यातरी नागानं नुकतीच ही कात टाकली असावी.''

दांडेकर खूश होऊन म्हणाले, ''वाहवा!... काय अप्रतिम वस्तू मिळाली! माझ्या संग्रहात ही वस्तू ठेवणार.''

त्यांनी त्या कातीची पद्धतशीर घडी करून आपल्या पिशवीत ठेवून दिली. मी धडधडत्या छातीने विचारले, ''कुठे असतात हे नाग?''

आबा म्हणाला,

''त्यांचं एक का ठिकाण आहे? सगळ्या मळ्यातनं हिंडत असतात. केव्हा कुठं दिसतील ते काही सांगता येत नाही.''

मळ्यात जाऊन आम्ही रात्री गारठ्यात शेकोटीभोवती गप्पागोष्टी केल्या. थंडी वाढली तशी खाली सतरंजी अन् अंगावर चादर घेऊन साळवणाच्या ढिगात घुसलो. सगळ्या बाजूंनी आणि वर अंगावर साळवणांचा ढीग अन् आत पहुडलेले आम्ही तिघे. थंडीचे नाव नाही! छान झोप लागणार आपल्याला असे म्हणत मी डोळे मिटले आणि एकदम त्या नागाची आठवण झाली. ही नागांची जोडी बारा-पंधरा फूट लांबीची मळ्यात एकसारखी हिंडत असते. ती कुणाला कुठं आढळेल हे काही सांगता येत नाही....

हे एकदम आठवले आणि डोळे खाडकन् उघडले. आत थंडी अजिबात वाजत नव्हती. साळवणाने थंडी गेली, पण त्या नागाच्या आठवणीने दरदरून घाम सुटला. अहो, कडाक्याच्या थंडीत त्या जोडीलाही या साळवणात शिरावे असे वाटले तर?

कसचे काय? त्या दिवशी उजाडले केव्हा हे समजण्याचा मुद्दा आलाच नाही. कारण डोळ्याला डोळा असा लागलाच नाही. रात्रभर मी 'निद्रादेवीची आराधना' करीत त्या साळवणात जागाच होतो.

*

कोर्टाची पायरी

माझा आणि न्यायालयाचा तसा काही संबंध आला नाही. शहाण्या माणसाने कधी कोर्टाची पायरी चढू नये असे म्हणतात. माझ्यावर तसा प्रसंग कधी आलेला नाही. निदान अजून तरी नाही. मी शहाणा आहे हे या एका गोष्टीवरूनही सिद्ध होण्यासारखे आहे. पण कोर्टाचा माझा तसा जवळचा संबंध मात्र खूप आला. वडील वकील, आजोबा, मामा, काका, मेहुणे... बरेचसे नातेवाईक वकीलच. त्यामुळे कोर्टाची भाषा मला लहानपणापासून परिचयाची. अर्जदार, सामनेवाला, दरखास्त, समन्स, अपील, स्टांप फी हे शब्द रोजच्या ऐकण्यातले. वडिलांची बरीचशी कुळे खेड्यापाड्यांतली. रोज ती बैठकीत बसलेली असत. परगावची काही मंडळी रात्री मुक्कामालाही आमच्या बैठकीतच असायची. रात्रीही त्यांच्या त्याच गप्पा चालत. त्या नेहमी कानावर पडत. त्यामुळे आपणही कोर्टातच आहोत, असा मला अनेक वेळा भास होई. कोर्टाची ही भाषा आमच्या नाना भटजींच्याही अंगवळणी पडली होती. बोलावणे पाठवूनही ते बरेच दिवसांत आमच्या घरी आले नव्हते. चांगले पंधरा दिवसांनी आले. आईने सहज विचारले,

"का गुरुजी, बरेच दिवसांत आला नाहीत?"

नाना भटजी गंभीर मुद्रा करून म्हणाले,

"सध्या चंगळ आहे आमची. सेशन्स कोर्ट चालू आहे."

"सेशन्स? म्हणजे?"

"त्या पिलू कुलकर्ण्याचा बाप नाही का मेला परवा? नववा, दहावा, बारावा, तेरावा. रोज काहीतरी क्रियाकर्म चालू आहे. दानं, दक्षिणा रोज... धडाका चाललाय."

भटजींनासुद्धा हे सगळे शब्द पाठ झाले होते. मग आम्ही तर घरातलेच. काहीना काही रोज कानावर पडे. त्यातून आमचे हायस्कूल अगदी कोर्टाच्या समोरच. मधल्या सुट्टीत फावल्या वेळात आम्ही पोरे कोर्टाच्या आवारात हिंडून यायचो. ठिकठिकाणी खेड्यांतली मंडळी बसलेली असत. कुणी वाळूत, कुणी एखाद्या लिंबाखाली. वकिलांची लगबग चाललेली असे. कारकून नावाचे बेरके प्राणी

कुणाकुणाचे अर्ज खरडण्यात मग्न असत. वकिलांच्या बाररूममध्ये अनेक वकील एक तक्क्या उशाला घेऊन झोपलेले दिसत. मध्येच लाल पट्टा घातलेला शिपाई व्हरांड्यात येऊन जोरात ओरडे.

"आकलूजकर वकील हाजीर है?"

"आकलूजकर वकील –"

मग कमरेत वाकलेले, रुमाल, धोतर, कोट घातलेले आमचे आजोबा लगबगीने कोर्टाच्या मुख्य इमारतीत जाताना दिसत. कधी कधी मी त्या इमारतीच्या एका दरवाजाजवळ उभा राही आणि आत नेमके काय चालू आहे हे जाणून घेण्याचा प्रयत्न करी. 'न्यायाधीश' हा शुद्ध शब्द मला नंतर माहीत झाला. त्या वेळी म्हणजे 'कोर्ट' किंवा 'मुन्सफ', 'कोर्ट उठलं... कोर्ट मग चेंबरमधे गेलं.' असे काहीतरी बोलत. म्हणून मला 'कोर्ट' या प्राण्याबद्दलचे फार कुतूहल होते. हे कोर्ट दिसते तरी कसे हे पाहण्यासाठी मी अगदी मान वर करून, टाचा उचलून आत पाहत असे. आत उंच आसनावर काळा झगा किंवा तसलेच काहीतरी पांघरलेला एक गंभीर मुद्रेचा माणूस बसलेला दिसे. तोच 'कोर्ट' हे माझ्या ध्यानात येई. त्याच्याजवळ शिरस्तेदार नावाचा आणखी एक प्राणी बसलेला असे. दोघेही सारखे काहीतरी लिहिताना दिसत. समोर कुणीतरी ओळखीचे वकील उभे राहून काहीतरी फार अदबीने आणि नम्रतेने बोलताना दिसत. पहिल्या-पहिल्यांदा या 'कोर्ट' नावाच्या माणसाची मला फार भीती वाटे. कारण एकदा लांड्या चड्डीची नाडी हातात धरून मी दरवाजातून डोकावत असताना या प्राण्याने मला पाहिले आणि शिपायाला दरडावून सांगितले,

"ए, हकाल रे त्या पोराला.... समोर ही शाळा म्हणजे तापच झालाय डोक्याला...."

त्याबरोबर शिपाई यायच्या आतच मी धूम ठोकली आणि कोर्टाच्या बाहेर धाव घेतली. पण नंतरसुद्धा बराच वेळ माझी छाती धडधडत होती. नेलं धरून आपल्याला आणि उभं केलं त्या पिंजऱ्यात म्हणजे मग?... त्याचा काय नेम? पण पुढे पुढे ही भीती कमी झाली. एखादे चांगले कोर्ट केव्हातरी संध्याकाळी आमच्या घरीही एक-दोन वकिलांबरोबर यायचे आणि चार गप्पा हाणून चहा पिऊन निघून जायचे.

चार-दोन वकील मंडळी जमली म्हणजे या कोर्ट नावाच्या इसमाबद्दल खूप नवी नवी गमतीदार माहिती कानावर पडायची. एक न्यायाधीशमहाराज फारच भाविक होते. आधीच आमचे गाव म्हणजे तीर्थक्षेत्र. त्यात हे गृहस्थ भाविक. कोर्टाचे कामकाज चालू असतानासुद्धा ते काहीतरी मंत्र पुटपुटत असायचे. निकाल देतानासुद्धा निकालाची गुंडाळी पक्षकाराच्या किंवा वकिलाच्या हातात ठेवायची ती 'पुंडलीक वरदा हारीविठ्ठल' असा गजर तोंडाने करीतच. दुसरे एक न्यायाधीशमहाराज प्रपंचात

रमलेले होते. सारखे त्यांचे लक्ष समोरच्या कामकाजापेक्षा घरी काय चालले असेल इकडे असायचे. एकदा तर महत्त्वाचा खटला समोर उभा. वकील एका महत्त्वाच्या साक्षीदाराची उलटतपासणी घेताहेत. तेवढ्यात बाहेर धुळीची वावटळ उठली. ढगांचा गडगडाट झाला. वीज चमकली. चार-दोन थेंबही पडले. तेव्हा न्यायाधीशमहाराज समोरच्या वकिलांना एकदम म्हणाले, ''जरा थांबा दोन मिनिटं –''

त्या वकिलांना काही कळले नाही. ते म्हणाले,

''का, काय झालं?''

''काही नाही. दोन मिनिटं थांबा.''

एवढं बोलून न्यायाधीशबुवांनी दारात उभ्या असलेल्या शिपायाला हाक मारली,

''अरे महादेव –''

''जी साहेब –'' महादेव तत्परतेने जवळ आला.

''हे बघ, पावसाचा रंग दिसतोय. बाईसाहेबांनी माळवदावर पापड, कुरडया वाळत घातल्या आहेत. सगळा सत्यानाश होईल. पळ पळ आधी घरी. त्या पापड, कुरडया आधी घरात आणून टाक... जा पळ –''

मग वकीलसाहेबांकडे वळून ते सुहास्य मुद्रेने म्हणाले, ''हां चालू करा, तुमची उलट तपासणी पुढे.''

अशा एकेक रोमहर्षक कथा रोज कळायच्या. एकदा तर फार मजा झाली. कोर्टातले एक जुने कारकून वडिलांकडे आले. नव्या 'कोर्टा'बद्दल तक्रार सांगू लागले. हे कारकून टायपिंगही करीत आणि निकालाचे टायपिंग करण्यासाठी एखादे न्यायाधीशमहाराज त्यांना आपल्या घरीही बोलावीत. त्याबद्दल त्यांची तक्रार नव्हती. पण या नव्या मुन्सफाचा खाक्याच काही वेगळा होता. ते तसे आपल्या कामात हुशार होते. त्यांचे इंग्रजीही चांगले होते. फक्त त्यांना पिण्याचा नाद होता इतकेच. वडील म्हणाले,

''काय, झालं काय पांडोबा?''

पांडोबा म्हणाले, ''आता काय सांगावं मारुतराव तुम्हाला? साहेब घरी बोलावतात एखाद्या वेळी. आम्ही जातो. जायलाच पाहिजे की. पण परवाची गंमत काही वेगळीच. साहेबांनी थोडी घेतली होती –''

''बरं मग?''

''अहो, त्यांनी मला आतल्या झोपायच्या खोलीतच बोलावलं. गेलो मी टाइपरायटर घेऊन आत. टेबलावर ठेवून बसलो. तर साहेब पलंगावर; शेजारी त्यांची बायको. तिच्या खांद्यावर त्यांचा हात. ती बिचारी शरमलेली अन् हे मला सांगताहेत काय...? 'मी एकेक वाक्य हळूच बायकोच्या कानात सांगेन... अन् ती तुम्हाला ते वाक्य सांगेल. मग तुम्ही टाइप करायचं.' आम्हाला काय, बरं म्हटलं.

मग साहेब एक वाक्य बायकोच्या कानापाशी नेऊन कुजबुजायचा. मग ती ते वाक्य मोठ्यांदा मला सांगायची. मग मी ते टाइप करायचं. तास, दोन तास असा प्रकार चालला होता.''

अशा एकेक गमती!

कोर्टबाजीचा नाद असलेली माणसं तर काही विचारू नका! त्याचे मुख्य कारण निवांतपणा. कसलाच कामधंदा करण्याची सवय नाही आणि गरजही नाही. अशी मंडळी तीर्थक्षेत्राच्या ठिकाणी अनेक. त्यांना नाद हाच. क्षेत्रोपाध्ये, बडवे मंडळींचा एखादा महत्त्वाचा खटला असला म्हणजे कोर्टाच्या आवारात त्यांची पन्नास-साठ माणसे सहज गोळा होत. त्यांच्यापैकी एकाचेही प्रत्यक्ष काम काही नसे. पण घरून एक-दोन मोठी पाले आणून कोर्टाच्या आवारात आणून अंथरायची आणि पान-तंबाखू खात गप्पा हाणीत बसायचे. समोर पानांचा ढीग. कात-चुना, सुपाऱ्यांचा पुडा, तंबाखूचा डबा आणि एक दांडगे तस्त. ज्याने त्याने पान खायचे आणि त्या प्रचंड तस्तात पिचकारी सोडायची. दिवस अखेरीला त्या तस्तात इतका मुखरस हेलावत असायचा की काही विचारू नका... एकदा त्यांच्यातले एक आठ-दहा वर्षांचे बालक तो तांबडा भडक सागर हेलावताना पाहून म्हणाले,

''अप्पा, मी यात कागदाची नाव सोडू का?''

■

एकदा यातल्याच दोन क्षेत्रोपाध्ये सुखवस्तू मंडळींत समाईक जागेवरून मोठा वाद झाला. एकाने त्यात संडास बांधला आणि दुसऱ्याने ती जागा समाईक म्हणून हरकत घेतली. शेवटी हा वाद कोर्टात गेला. संडास बांधून पुरा झालेला. पण वाद कोर्टात गेल्यामुळे तो तात्पुरता बंद. न्यायालयात संडास-मालकाच्या विरुद्ध निकाल लागला. जागा समाईक मालकीची ठरली. निकाल लागल्यावर प्रतिपक्षाने पेढे वाटले. कशी जिरली साल्याची या ईर्षेने पेढे वाटले. संडास-मालक वरच्या म्हणजे डिस्ट्रीक्ट कोर्टात गेले. तेथे ते काम वर्ष, दोन वर्षे रेंगाळले. शेवटी एकदाची सुनावणी झाली आणि अखेर संडास-मालकाच्या बाजूने निकाल लागला. ती जागा त्याच्या मालकीची ठरली. मग काय विचारता महाराज! ज्या दिवशी निकाल लागला त्या दिवशी मालकाने गावातला बँड बोलवला. घराबाहेर बँड वाजत ठेवला आणि त्या बँडच्या निनादात हातात भरलेली तपेली घेऊन ते मोठ्या दिमाखाने संडासाला गेले!

■

आता आणखी काय सांगायचे?

*

सर्व्हिस मोटारीची मजा

हल्ली माझा प्रवास खूपच वाढला आहे. दर आठवड्याला मी कुठे ना कुठे तरी जातच असतो. पण हा प्रवास रेल्वेने किंवा टॅक्सीने होतो. आधी आरक्षण केलेले असते. प्रथम वर्गाचा प्रवास असेल, तर पुष्कळदा सुखाचा प्रवास होतो. रात्री शांतपणे बर्थवर अंग टाकून झोपी जाता येते. झोप नीटशी आली नाही तरी शरीराला विश्रांती निश्चितच मिळते. टॅक्सी तर पुष्कळदा स्वतंत्रच असते. पाहिजे तेथे थांबावे, पाहिजे तेथे उतरावे. जमले तर घटकाभर डुलकीही घ्यावी. पाहिजे तेव्हा निघावे. टॅक्सीचे सुखही काही कमी नाही. ही सुखे एस.टी.त मिळण्यासारखी नसतात. म्हणून एस.टी.चा प्रवास टाळतोच. तरीपण काही वेळा तो निरुपायाने करावाच लागतो. एस.टी.च्याही काही गमती आहेतच. पण तरीही सगळीकडे चांगली बस-स्थानके आहेत. तिथल्या बाकड्यावर घटकाभर बूड टेकायला काहीच हरकत नसते. गाडी पुष्कळदा वेळेवर सुटते आणि वेळेवर पोचते. गर्दी थोडी कमी असेल तर प्रवासही बरा होतो. चुकून गाडी बंद पडली तरी दुसऱ्या गाडीची सोय होते. थोडे उशिरा का होईना, पण आपण इच्छित स्थळी व्यवस्थित पोचतो. एकूण एस.टी. ही संस्था तशी भली आहे.

पण या एस.टी.च्याही पूर्वी सर्व्हिस मोटारी नावाचा जो प्रकार होता, त्याची गंमत किती किती म्हणून सांगावी! माझ्या विद्यार्थीदशेत जिकडे तिकडे या सर्व्हिस मोटारीच होत्या. सरकारकडून भल्याबुऱ्या मार्गाने परवाने मिळवून खासगी मोटारमालकांनी सुरू केलेल्या गाड्या म्हणजे, या सर्व्हिस मोटारी. त्या वेळी बसस्थानक किंवा स्टँड नावाची चैन अजिबात अस्तित्वात नव्हती. गावातली रिकामी पटांगणे किंवा मोकळ्या बखळी म्हणजे या सर्व्हिस गाड्यांचे स्टँड. तेथे दोन-तीन जुनाट गाड्या उभ्या असत. जवळपास तितकीच जुनाट खोली असे. या खोलीत एक टेबल, दोन-तीन खुर्च्या मांडल्या की कंपनीचे कार्यालय थाटले जाई. टेबलाशी एजंट नावाचा भयंकर उद्धट आणि आगाऊ प्राणी बसलेला असे. सरकारी अधिकारी सोडून प्रत्येकाशी मगरूरपणे आणि तुसडेपणाने बोलणे हे आपले कर्तव्यच आहे, अशा

पद्धतीने तो बोलत-चालत असे. कुणाशीही सरळ न बोलणे हे त्याचे व्रत तो कसोशीने सांभाळी. आलेल्या उतारूंचा शक्यतो पाणउतारा करून त्याला त्याची जागा दाखवून देण्यासाठीच आपली नेमणूक आहे, अशी त्याची समजूत असावी. पैसे घेऊन तुम्हाला तिकीट देण्याचे काम त्याच्याकडे किंवा त्याच्या मदतनिसाकडे असे. गाडी सुटण्याची वेळ अंदाजाने ठरलेली असे. त्या वेळेच्या आसपास तास-दोन तासांच्या फरकाने गाडी सुटे. म्हणजे सकाळी आठची सुटणारी गाडी दहापर्यंत मार्गस्थ झाली, तर ती अगदी वेळेवरच सुटली असे म्हटले जायचे.

वेळेची चौकशी करण्यात काही अर्थच नसायचा. तिकीट घेता घेता तुम्ही जर एजंटला विचारलं, ''का हो, गाडी सुटणार ना वेळेवर?''

तर बराच वेळ तो उत्तरच द्यायचा नाही. तुम्ही चार-चार वेळा विचारले तर अपमान झाल्याप्रमाणे चेहरा करून तो ओरडायचा, ''हां, हां... बसा गाडीत.''

''पण गाडी केव्हा सुटणार?''

''तुम्ही बसलात की.''

''अहो, आम्ही मघापासून बसूनच राहिलोय.''

''मग काय उपकार करताय का आमच्यावर? शिटा भरल्यावर सुटंल गाडी.''

या शिटा एकेक एकेक सावकाश यायच्या. सगळ्या जागा भरल्या तरी गाडी सुटायची नाहीच. आणखीन शिटा येतील म्हणून वेळ काढायचा. जागा नसली तरी त्यांनाही आत कोंबले जायचे. आता अगदी एकही माणूस जाणे अशक्य, याची खात्री करून घेतल्यावर क्लीनर नावाचा एक कळकट कपड्यातला पोरगा स्वत: आत घुसून दार लावून घेई आणि मग ही गाडी सुरू होई. माझ्या महाविद्यालयातील काळातही आणि पुण्यासारख्या ठिकाणीही अशीच परिस्थिती होती. मला आठवते, त्या काळात आम्ही आठ-दहा जण श्री. गो. नी. दांडेकर यांच्याबरोबर रायगडच्या सहलीला जात होतो. पुणे ते भोर एक सर्व्हिस मोटार आणि भोर ते महाड दुसरी सर्व्हिस मोटार असा आमचा प्रवास झाला. या दोन्ही गाड्यांत इतकी उतारूंची खेचाखेच होती की, काही विचारू नका. पुढे-मागे, बाजूला, मधल्या खड्ड्यात सगळीकडे उतारूच उतारू. आम्ही आठ-दहा पोरे तर त्या गर्दीत इतके चेंगरलो होतो. आमचे एकमेकांचे पाय नावाचे अवयव एकमेकांत इतके अडकले होते की, कणभरही ते इकडे तिकडे करायला जागा नव्हती. पुढे पुढे तर हे पाय बधिरच झाले. कमरेखाली कसलीही संवेदनाच राहिली नाही. थोडी मोकळीक मिळाल्यावर एकाने आपली तंगडी म्हणून हाताला धरून उचलण्याचा प्रयत्न केला आणि तिसराच कुणीतरी किंचाळला. मग ही टांग त्याची आहे, आपली नव्हे, हे पहिल्याच्या ध्यानात आले. अशा स्थितीत रायगडच्या पायथ्याला पोहोचल्यावर नसलेल्या पायांनी गड चढणे ही गोष्ट किती कठीण आहे, हे आमच्या ध्यानी आले. त्या

दिवसांत तर गड चढण्यापेक्षा गडापर्यंत सुखरूप पोचणे हीच गोष्ट अवघड आहे हे आम्हाला वारंवार पटत गेले.

सर्व्हिस गाडीत अशी धमाल गर्दी असल्यावर गमतींना काय तोटा! एकदा पंढरपूर ते अकलूज या प्रवासात एक प्रेमळ मातोश्री आणि त्यांचे आठ-दहा वर्षांचे चिरंजीव माझ्या समोरच खेटून बसले होते. मातोश्री सारख्या मुलाचे कौतुक करण्यात गर्क होत्या. दिवस उन्हाळ्याचे. त्यामुळे त्यांना तहान लागली. जवळ काही नाही. वाटेत एके ठिकाणी गाडी थांबल्यावर समोर गावठी हॉटेल दिसले, तेव्हा बाईंनी खूण करून तिथल्या पोराला प्यायचे पाणी मागितले. हॉटेलच्या बाहेरच जमिनीत पुरलेला मोठा रांजण होता. त्यात प्यायचे भरलेले पाणी होते. जवळच डालडाचा एक रिकामा डबा होता. पोराने तो डबा रांजणात बुडवून गाडीजवळ येऊन बाईला दिला. बाई डबा घेऊन तोंडाला लावून गटागटा पिऊ लागल्या. चिरंजीव मोठे बुद्धिमान दिसले. त्यांनी त्या डब्याकडे क्षणभर टक लावून पाहिले. मग ते एकदम टाळ्या वाजवीत हसत हसत उद्‌गारले,

"हॅऽ हॅ... आई संडासाच्या डब्यातनं पाणी पितेय."

चिरंजीवांचा हा मार्मिक विनोद ऐकल्यावर त्या प्रेमळ मातोश्रींना फक्कन हसू आले. नुसते हसू आले असते तर काही तक्रार नव्हती. पण हे हसू उमलण्याच्या सुमारास त्यांच्या मुखकमंडलूत गच्च पाणी होते. हसू आल्याबरोबर त्यांच्या या कमंडलूतून एकदम कारंज्यासारखा पाण्याचा फवारा उडाला. असा जोरदार फवारा की, त्यांचे अंगावरचे लुगडे तर ओलेकच्च झालेच, पण समोर, जवळपास बसलेले आम्ही प्रवासी देखील त्या कारंजात ओलेचिंब झालो. पुढे कितीतरी वेळ ती वत्सल माता मुलाच्या विनोदबुद्धीने एकटीच हसत होती आणि आम्ही आमची ओली तोंडे पुसत होतो....!

सर्व्हिस मोटारीत एवढी गर्दी ही नेहमीच असायची आणि तेवढी गर्दी झाल्याशिवाय गाडी सुटायचीच नाही. केव्हा गाडी सुटणार हा प्रश्न एजंटाला विचारण्याची हिंमत सामान्य प्रवाशांत नसेच. तो बिचारा चुळबुळ करीत उगीच बसून राही. या सर्व्हिस गाड्यांत पुढे पुढे प्रतिस्पर्धी कंपनी आली आणि मग मात्र परिस्थिती बदलली. जोरात स्पर्धा सुरू झाली. उतारूंना आपल्याकडे खेचण्यासाठी नाना प्रकारच्या युक्त्याप्रयुक्त्या सुरू झाल्या. मी पंढरपुरला असताना पंढरपूर ते सोलापूर अशी एक सर्व्हिस मोटार कंपनी होती. तिला प्रतिस्पर्धी अशी दुसरी सर्व्हिस मोटार कंपनी सुरू झाली. आपला धंदा कसा चांगला चालेल यापेक्षा प्रतिस्पर्ध्याची कंपनी कशी बंद पडेल हाच विचार दोन्ही कंपन्यांच्या चालकांना महत्त्वाचा वाटत असावा. त्या वेळी पंढरपूर ते सोलापूर प्रवासाचे भाडे चार आणे होते. गाड्यांची निगा चांगली राखणे, प्रवाशांची संख्या मर्यादित ठेवणे, वेळेवर गाडी सोडणे... अशा काही गोष्टी त्यांच्या दृष्टीने मुळीच

महत्त्वाच्या नव्हत्या. त्या गोष्टी किरकोळ होत्या. दुसऱ्या कंपनीचे केव्हा एकदा दिवाळे वाजेल, ही बाब खरी महत्त्वाची. मग एका कंपनीने हे भाडे चार आण्याचे तीन आणे केले. त्याबरोबर दुसऱ्या कंपनीने दोन आणे दर लावला. मग पहिल्या कंपनीने आणखी सवलत जाहीर केली. एक आणा...! फक्त एक आण्यात पंढरपूर ते सोलापूर एवढे झाल्यावर दुसऱ्या सर्व्हिस मोटारीची माणसे थोडीच मागे राहणार? त्यांनी हा प्रवास फुकट म्हणून जाहीर केला. मग पहिल्या चालकांनी उतारूंना कंपनीतर्फे एक 'सिंगल चहा फुकट आणि फुकट प्रवास' असा नवीन आकर्षक प्लॅन प्रकट केला. या जीवघेण्या चढाओढीत दोन्ही कंपन्यांचे दिवाळे वाजण्याची वेळ आली. अखेर काही तरी समझोता झाला. या दोन्ही कंपन्या एक झाल्या आणि उतारूंचे हाल करण्याचा एकाधिकार पुन्हा एकदा त्यांना प्राप्त झाला. या मधल्या काळात मात्र काही दिवस उतारूंची चैन झाली. नंतर पुन्हा 'येरे माझ्या मागल्या!...'

उतारूंनी काहीही विचारले की खेकसणारे हे एजंट नावाचे प्राणी सरकारी अधिकाऱ्यांपुढे मात्र एकदम नमून असत. कारण त्यांना लायसेन्स देणे हे त्यांच्या हाती असे. सर्व्हिस मोटारीत उतारूंची खेचाखेच ही मागच्या बाजूला असे. पण ड्रायव्हरच्या जवळची 'फ्रंट सीट' नावाचा प्रकार म्हणजे, त्या काळातला प्रतिष्ठेचा भाग! हल्ली टी.व्ही. हा जसा 'स्टेटस सिम्बॉल' आहे, तशी त्या काळात सर्व्हिस मोटारीतील 'फ्रंट सीट' हा स्टेटस सिम्बॉल. या सीटवर बसलेल्या उतारूकडे बाकीची मंडळी मोठ्या कुतूहलाने, आदराने पाहत. "अमक्या-अमक्याचा काय रुबाब आहे. नेहमी फ्रंट सीटवर असतो...!" असे कौतुकाने बोलले जाई. हे फ्रंट सीट संस्कृतीचे लोक स्टँड नावाच्या जागी स्वत: येण्याचे कष्ट बहुधा घेत नसत. त्यातून तो फौजदार, मामलेदार, फडणीस अशी बडी सरकारी आसामी असली, तर मग प्रश्नच नाही! मग ही गाडीच त्यांच्या घरी जाई. आठाची गाडी दहा-साडेदहाला कशीबशी निघाली की आत बसलेले उतारू सुटकेचा निश्वास सोडीत.

"चला, निघाली बुवा गाडी एकदाची....!"

तेवढ्यात एखादा अनुभवी प्रवासी सांगे, "थांबा, थांबा...! अजून फ्रंट सीट रिकामी आहे –"

"मग?"

"बहुतेक भाऊसाहेब किंवा रावसाहेब यांच्या घरी जाणार गाडी. तिथून केव्हा निघेल तेव्हा निघेल."

भाऊसाहेब म्हणजे फडणीस – अव्वल कारकून. आणि रावसाहेब म्हणजे खुद्द मामलेदार. नाना गल्लीबोळांतून प्रवास करून ही गाडी रावसाहेबांच्या घरासमोर उभी राही आणि खुद्द ड्रायव्हर साहेबांची स्वारी खाली उतरून आत जाई आणि गाडी बाहेर खोळंबून उभी असल्याची वर्दी त्यांना मोठ्या अदबीने देई. त्या वेळी रावसाहेब

नुकतेच जेवायला बसलेले असत. त्यांचे जेवणखाण सावकाशीने होई. मग बाहेर येऊन पानतंबाखूचा बार उडे. मग ते कपडे घालू लागत. तेवढ्यात कुणी त्यांना भेटायला आला तर मग निकालच लागला. मग आणखी वेळ जाई. तोपर्यंत गाडीतल्या सिटा चडफडण्यापलीकडे काहीच करू शकत नसत. मग सूर्योदयापूर्वी अरुणोदय व्हावा तसा रावसाहेबांचा तांबडे डगले घातलेला पट्टेवाला प्रथम बाहेर येई. त्याच्या नुसत्या दर्शनानेही वातावरण एकदम सैल होई. 'आले आले... रावसाहेब आले...' असे मंडळी कुजबुजत. मग रावसाहेब येऊन शांतपणे, फ्रंट सीटवर विराजमान होत. तोपर्यंत ड्रायव्हरसाहेब बिडी फुंकत गाडीच्या बाकड्यावर हात ठेवून उभे असत. रावसाहेब दिसल्याबरोबर विडी खाली टाकून तोही चक्रधराच्या आसनावर विराजमान होत असे. मग रावसाहेब मागच्या क्षुद्र मानवी प्राण्यांकडे न बघताच रुबाबात सांगत,

"हां, जाऊ द्या आता. आधीच उशीर झालाय."

मग ही सर्व्हिस मोटार रस्त्याला लागायची....!

सर्व्हिस मोटार बंद होऊन आता किती वर्षे झाली... आपण केव्हा तरी एकदा फ्रंट सीटवर बसून प्रवास करायचा अशी माझी लहानपणी दांडगी महत्त्वाकांक्षा होती. त्यासाठी लागणारा अधिकार मिळवण्यातच इतकी वर्षे गेली. आता काही अधिकार, काही प्रतिष्ठा मिळाली आहे, पण ती सर्व्हिस मोटार आणि तिची फ्रंट सीट नाहीशी झाली आहेत. एकूण काय, फ्रंट सीट आपल्या नशिबात कधी नाही, हेच खरे!

*

लाच देण्याची कला

लाच देणे आणि लाच घेणे या दोन्ही गोष्टी म्हणजे फार अवघड कला आहेत. लाच घेता आली तर फारच उत्तम. पण त्यासाठी श्रेष्ठ धारिष्ट्य हवे. ते असणाऱ्या महापुरुषांचा सध्या देशात सुळसुळाट आहे. त्यांच्याविषयी मला विलक्षण आदर आणि कौतुक वाटते. पण लाच देता येणे, हीसुद्धा त्या खालोखाल मोठी कला आहे. येरागबाळाचे ते कामच नव्हे. लाच कुणाला द्यावी, किती द्यावी, कोणत्या वेळेला द्यावी हेसुद्धा शास्त्र आहे. ती कोण घेऊ शकेल हे नुसत्या तोंडावरून पारखता आले पाहिजे. ते शिवधनुष्यच आहे म्हणानात. वाटेल त्याला नाही पेलत. कोण या धनुष्याचा बरोबर भंग करू शकेल हे नीट उमजले पाहिजे. रत्नपारख्याची जशी नजर तयार झालेली असते, तशीच माणसातली असली रत्ने पारखण्यासाठीही नजर तयार पाहिजे. नाही तर फजितीला पारावार नाही.

दुर्दैवाने या दोन्ही कला मला कधीच शिकता आल्या नाहीत. मास्तरकीच्या निरुपद्रवी धंद्यात सगळे आयुष्य गेले. त्यामुळे लाच घेऱ्याचे शास्त्र माहिती करून घेण्याचा प्रसंग कधी आलाच नाही. त्यासाठी सरकारी नोकरीतच शिरावे लागते असे म्हणतात. मी शाळेत शिक्षक झालो तेव्हा नात्यातले एक वडीलधारे गृहस्थ हळहळले. नाराज मुद्रा करून म्हणाले, "वाया गेलास बघ पोरा तू!"

"का, काय झालं?"

"अरे, कशाला या मास्तरकीत शिरलास? ना चव, ना चोथा. चांगलं रेव्हेन्यू खात्यात जायचं –"

"म्हणजे काय झालं असतं?" मी जिज्ञासेने विचारलं, "धा-पाच वर्षांत रावसाहेब म्हणजे मामलेदार झाला असतास. नोकर-चाकर, गाडीघोडा, शिपाई, प्यादी... केवढा रुबाब असतो, शिवाय 'वरकड प्राप्ती' चांगली असती –"

ही 'वरकड प्राप्ती' म्हणजे काय हे बरेच दिवस मला माहीत नव्हते. शिकवण्या करून जे पैसे मिळतात, ती मास्तराची वरकड प्राप्ती. तसेच, जादा काम करून सरकारी नोकर जे काही मिळवितात ती त्यांची वरकड प्राप्ती असते, अशी माझी

बरेच दिवस भाबडी समजूत होती. शब्दांचे नेमके अर्थ कळण्यात आयुष्यातले बरेच दिवस गेले. सरकारी नोकरांना पगाराशिवाय भत्ताही मिळतो हे पहिल्यांदा लहानपणी ऐकले, तेव्हाही असाच घोटाळा झाला होता. आमच्या गावी भत्ता म्हणजे चुरमुरे, शेंगदाणे इत्यादी वस्तूंना तिखट-मीठ-तेल लावून तयार केलेला फर्मास बेत. यामुळे सरकारी नोकरांना भत्ता मिळतो म्हणजे पगाराबरोबर चुरमुरे-शेंगदाणेही तेल-तिखट-मीठ लावून मिळतात, अशी माझी बरेच दिवस समजूत होती. या अशा बावळटपणामुळे लाच देण्याची दुय्यम कलाही मला कधीच वश झाली नाही.

ऐन उमेदवारीच्या काळात पुण्यात मी एका खानावळीत जेवायला जात होतो तेव्हाची गोष्ट. या खानावळीत अन्न अगदी सुग्रास. त्यामुळे गर्दी भरपूर. मी या खानावळीचा नियमित मेंबर होतो. जे एखाद्या वेळी जेवायला येत त्यांना सुग्रास अन्नाबरोबर लोणकढ्या तुपाची छोटी वाटी पण मिळे. मेंबरला ती मिळत नसे. कारण त्याचा मासिक दर कमी होता. माझा एक मित्र याच खानावळीत मेंबर म्हणून जेवायला येऊ लागला. त्याच्या पानात रोज तुपाची मोहक वाटी दिसे. मला आश्चर्य वाटले. याला कसे काय लोणकढे तूप रोज मिळते बुवा?

मित्राला एकदा विचारले, तेव्हा तो बेरकीपणाने हसला.

''कशी मिळते म्हणून काय विचारतोस गाढवासारखं? अगदी सोपी गोष्ट आहे.''

''कसली?''

''ती वाढणारी पोरं आहेत ना, ती भणंगच असतात. अधूनमधून त्यांना पावली-आठ आणे द्यायचे. खूश काम. देतात मग लोणकढ्या तुपाची वाटी रोज. त्यांच्या बापाचं काय जातंय? हा: हा:....''

स्वत:च्या विनोदावर खूश होऊन मित्र हसला. कीव केल्याप्रमाणे त्याने माझ्याकडे पाहिले. मी शरमलो. खरोखरच ही साधी गोष्ट माझ्या कधी ध्यानात आली नव्हती. त्यानंतर मी जेवायच्या वेळी मित्राच्या हालचालींवर नजर ठेवली. जेवता जेवता तो केव्हातरी चार आण्याचे नाणे काढून ताटाजवळ, कोणाला न दिसेल असे ठेवी. खरकटे ताट उचलणारा पोरगा ते ताट पावलीसह उचलून आत गडप होई. सगळे कसे सफाईने होत होते. मालकाला संशय येण्याचा काही संबंधच नव्हता. एक-दोनदा हा आदर्श पाठ पाहून मलाही हा प्रयोग करून पाहावासा वाटला. एक हाडकुळा, डोक्याचे केस पिंजारलेला, मुद्रेवर चमत्कारिक भाव असलेला, पोक्त वाढप्या मी हेरला. मनात म्हटलं, 'अरे हाच तो भणंग इसम. याला पावली द्यायला काहीच हरकत नाही.' मोठ्या सफाईने मी त्याला तुपाची वाटी आणायला सांगितली आणि जेवण संपायच्या सुमारास चार आण्याचे गोल नाणे ताटाजवळ ठेवून दिले. पण तोही गद्धा असा की, नुसते ताट उचलून घेऊन गेला. पावलीला त्याने हातही

लावला नाही. शेवटी मीच त्याला हळूच बाजूला गाठले आणि ते नाणे देऊ केले. पण तो ते घेईना. मी चकितच झालो.

"अरे, घे ना. तुला बक्षीस –" इकडे तिकडे बघून मी हळूच म्हटले.

"हं, घे."

त्याने एकदम मुद्रा चमत्कारिक केली.

"नको, मी आशे पैसे कधी घेत नाही साहेब –"

"अरे, घे रे."

"अहो, नको म्हणतो ना. अशानं मी मालकाना सांगेन हां –" त्याची मुद्रा मला एकदम भेसूर दिसली.

मी ताबडतोब तिथून पाय काढताच घेतला आणि नंतर पुढे बरेच दिवस जरी मी त्या खानावळीत जेवायला जात होतो तरी अत्यंत नम्रपणे आणि मान खाली घालून जेवत होतो. न जाणो, हा मूर्ख माणूस केव्हातरी मालकाला हा प्रकार सांगेल आणि मालक माझी चांगलीच खरडपट्टी काढतील, या कल्पनेने माझी छाती रोज धडधडत होती. एकूण काय 'तेथे पाहिजे जातीचे' हेच खरे. आपल्यासारख्याचे ते कामच नोहे.

तेव्हापासून एक दहशतच मनात बसली. दुसऱ्याला असे पैसे देण्याचे धाडस मला कधीच झाले नाही.

अलीकडे माझा प्रवास खूप वाढला आहे. व्याख्यान, कथाकथन, या ना त्या कारणाने मी एकसारखा हिंडत असतो. कधी कधी रेल्वेचे रिझर्व्हेशन मिळत नाही. जाताना मिळाले तरी येताना मिळत नाही. नेहमीच हा घोटाळा होत असतो. शहाणे, अनुभवी मित्र सांगतात की, या अडचणींवर एक सोपी युक्ती असते. तिकीटचेकरला तिकिटाबरोबरच पाच रुपयांची, दहा रुपयांची नोट दाखवायची. ती दाखवली की, त्याची धीरगंभीर मुद्रा एकदम हसरी होते. काम होऊन जाते. बाबा रे, आम्ही नेहमीच या पद्धतीने प्रवास करतो. पण मला ही सोपी पद्धत कधीच अमलात आणता येत नाही. तिकीट, रिझर्व्हेशन सगळे व्यवस्थित खिशात असते. तरीसुद्धा चेकर तिकिटे तपाशीत तपाशीत जवळ जवळ येऊ लागला की, माझी छाती धडधडू लागते. छातीत एकदम धस्स का काय म्हणतात ते होते. मग तुम्हीच सांगा, तिकीट न काढता डब्यात घुसायचे कसे? निर्लज्जपणे हातातली नोट त्या महाभागापुढे धरायची कशी? आपण पैसे देऊ केले आणि त्याने ते बाणेदारपणे नाकारले तर? 'मला काय तुम्ही लाच देऊ पाहता काय?' असा मर्मभेदक प्रश्न त्याने ताड्दिशी विचारला तर? असतात अशी काही माणसं. सरकारी नोकर असूनही तेजस्वी असतात. लाच देण्याचा प्रयत्न केल्याबद्दल त्याने आपल्यावर खटला भरला तर? अशा अनेक खटल्यांचे वृत्तांत माझ्या डोळ्यांसमोरून भर्रकन जातात. 'बनावट

गिऱ्हाईक', 'खुणेच्या नोटा', 'अकस्मात छापा' हे शब्द माझ्या मनात एकदम फेर धरून नाचू लागतात. भुतांचा नाच पाहावा तसे काहीतरी भयंकर दृश्य माझ्या मनश्चक्षूंना दिसू लागते आणि माझा थरकाप होतो. छे: छे:! लाच देणे ही गोष्ट आपल्याला कधीच जमणार नाही, याबद्दल माझी पुन्हा खात्री होते.

नाही म्हणायला एकदा मात्र एक रोमहर्षक प्रसंग घडला खरा!

पाच-सात वर्षांपूर्वीची गोष्ट. शहाद्याहून मी चाळीसगावला आलो. मिळेल ती गाडी पकडून कल्याणमार्गे पुण्याला परतायचे असे ठरवले होते. रिझर्व्हेशन नव्हते. वेळ रात्रीची होती. थेट गाड्या भरभरून येत होत्या आणि कुठेही जागा नव्हती. नुसते उभे राहून जाणे जमले असते. पण सबंध रात्रभर असा प्रवास करणे माझ्या प्रकृतीला परवडणारे नव्हते. तिकीट दुसऱ्या वर्गाचे होते. पण जादा पैसे देऊन प्रथम वर्गाने प्रवास करण्याची तयारी होती, पण कुणीही प्रथम वर्गाचा तपासनीस मला डब्यात घ्यावयाला तयार नव्हता. तोंड चिमणीएवढे करून मी विनंत्यांवर विनंत्या केल्या. पण कुणालाही पाझर फुटण्याचे चिन्ह दिसेना. दोन गाड्या अशा गेल्या. तिसऱ्या गाडीचे तपासनीससाहेब मात्र दयाळू दिसले. मी 'डिफरन्स' द्यायला तयार आहे, हे कळल्यावर माझे बारीक निरीक्षण करीत ते म्हणाले,

"तुम्ही असं करा, 'एफ' कंपार्टमेंटमध्ये एक बर्थ रिकामी आहे. खरं म्हणजे ती मनमाडच्या पॅसेंजरसाठी आहे. पण असू द्या. तुम्ही घ्या ती बर्थ. तुमचं तिकीट बघू."

मी तिकीट त्यांच्या हातावर ठेवले. डिफरन्स देण्यासाठी पाकिट बाहेर काढले, तेव्हा त्यांची मुद्रा आणखीनच प्रेमळ झाली.

"ते बघू मागनं. तुम्ही आधी बर्थ ऑक्यूपाय करा. एवढं तिकीट राहू द्या माझ्याजवळ –"

घाईघाईने एवढे बोलले आणि ते गर्दीत गडप झाले.

मी बर्थ गाठली. अंथरूण-पांघरूण पसरून गाढ झोपी गेलो. सकाळी कल्याण आल्यावरच जाग आली. भराभरा आवराआवर करून मी डब्याच्या दारात उभा राहिलो. तपासनीससाहेबांची रात्रभर गाठ नव्हती. पुण्यापर्यंतचे तिकीट त्यांच्याजवळच होते. डिफरन्सही द्यायचा होता. पण त्यांचा पत्ता नव्हता.

अगदी गाडी सुटायच्या वेळेला तो दयाळू माणूस एकदम माझ्यासमोर अवतीर्ण झाला. माझ्या हातात तिकीट ठेवून म्हणाला, "डिफरन्सचे चाळीस रुपये होतात."

मी तत्परतेने दहा-दहाच्या चार नोटा काढून त्याच्या हातावर ठेवल्या. त्या हातात घेऊन त्याने माझ्याकडे प्रसन्न मुद्रेने पाहिले. मग दोन नोटा खिशात कोंबल्या. उरलेल्या दोन एकदम माझ्या हातावर ठेवून म्हणाला,

"एवढे तुम्हाला परत. सुटा –"

आणि ते साहेब घाईघाईने पुन्हा नाहीसे झाले. मी अवाक् होऊन त्यांच्याकडे पाहतच राहणार होतो, पण एवढ्यात गाडी हलल्यामुळे घाईघाईने खाली उतरलो. त्या गडबडीत अवाक् होणेही राहूनच गेले. वीस रुपयांचा तर लाभ झालाच, पण मनाला समाधान देणारी आणखी एक गोष्ट घडली. आजपर्यंत लाच देणे मला कधी जमले नव्हते. ती महान गोष्ट या बहाद्दराने माझ्याकडून करवून घेतली होती. कर्ताकरविता केवळ तो होता. मी केवळ निमित्तमात्र होतो. त्याबद्दल त्याचे आभार मानणे आवश्यक होते. ती गोष्ट मात्र राहून गेली.

आणखी एकदा हा अननभूत आनंद मला उपभोगायला मिळाला. महाराष्ट्र एक्स्प्रेसने रात्री निघून पहाटे मला कोपरगावला उतरायचे होते. कोपरगावला पहाटे पाचच्या सुमारास गाडी पोचते हे मी वेळापत्रकात बघून ठेवले होते. त्यामुळे पाचच्या आधीच मी सामान-सुमान बांधून तयार होतो. पाच वाजता गाडी स्टेशनवर थांबली आणि मी घाईघाईने खाली उतरलो. गाडी निघून गेल्यावर माझ्या लक्षात आले की, हे कोपरगाव स्टेशन नव्हे. त्याच्या अलीकडचेच कुठले तरी स्टेशन आहे. आपण बावळटपणाने पुरी चौकशी न करता खाली उतरलो. आता काय करायचे?

स्टेशनमास्तरांच्या खोलीत जाऊन त्यांना माझा हा गाढवपणा सांगावाच लागला. मास्तरसाहेब अगत्यशील दिसले. ते म्हणाले, "पलीकडच्याच रूळावर मालगाडी उभी आहे. मनमाडकडेच चालली आहे. मी मालगाडीच्या गार्डला सांगतो, तुम्हाला न्यायला. पण मालगाडीत बसावं लागेल.''

"चालेल हो, अर्ध्या तासाचा तर प्रवास –''

"एक गोष्ट करा –''

"काय?''

मास्तरसाहेब हळू आवाजात म्हणाले, "त्या गार्डला एक-दोन रुपये द्या म्हणजे झालं. काय?''

मी तत्परतेने मान डोलावली.

थोड्या वेळाने मालगाडीचे गार्डसाहेब हातात रेल्वेचा कंदील घेऊन मास्तरसाहेबांच्या खोलीत आले. मास्तरसाहेबांनी त्यांच्याशी माझी जुजबी ओळख करून दिली आणि मला त्यांच्या डब्यात घेऊन जाण्याबद्दल सुचवले. गार्डसाहेबांनी निर्विकारपणे माझ्याकडे पाहिले. त्यांची मुद्रा अशी होती की, निर्गुण निराकार ब्रह्म पाहिल्याचा मला साक्षात्कार झाला. ती मुद्रा बदलावी म्हणून मी खिशातून दोन रुपयांची नोट काढली आणि समोर धरली.

"हं, हे घ्या दोन रुपये.''

गार्डसाहेबांनी चमकून माझ्याकडे पाहिले. आता मात्र त्यांची मुद्रा भलतीच बदलली. ते एकदम बाहेर गेले. स्टेशनमास्तरांनी एकदम डोळे वटारले.

“हां, हां, हां... अहो, तुम्हाला काही कळतंय का नाही?”

“का – काय झालं?” मी गांगरून विचारलं.

“अहो, इथं माझ्या ऑफिसात त्यांना पैसे देताय तुम्ही? हे लाच दिल्यासारखं होतं. असं नसतं करायचं. सरकारी नोकरी आहे ही! बरं, आणा ते दोन रुपये. मीच त्यांना बाजूला नेऊन देतो.”

ओशाळलेल्या मुद्रेने निमूटपणे मी पैसे दिले. त्यांनी ते घेऊन बाहेर जाऊन गार्डसाहेबांना गुपचूप दिले आणि मग माझा कोपरगावपर्यंतचा प्रवास त्यांच्या डब्यातून सुखरूप पार पडला.

तात्पर्य काय? जाऊ द्या, आता इतके सांगितल्यावर तात्पर्य कसले आले आहे कपाळाचे?

*

जेवण आणि जेवणावळी

जेवण ही आयुष्यातील किती महत्त्वाची गोष्ट आहे, हे क्षेत्राच्या ठिकाणी फार चांगले समजते. तुम्ही-आम्ही शहरात राहणारी चाकरमानी माणसे. आपण कसेबसे चार घास पोटात ढकलतो आणि घाईघाईने 'ऑफिस' नावाच्या आपल्या रोजच्या युद्धभूमीकडे धावतो. त्या अन्नाची चव घ्यायला आपल्याला फुरसतच नसते. रात्री ताजा स्वयंपाक ज्यांच्या घरी होतो, त्यांना त्या वेळी निदान स्वस्थपणे अन्नाला न्याय देता येतो. बाकीच्यांना तोही नाही. पण क्षेत्राच्या ठिकाणी असा अन्याय बिलकूल होत नाही. तिथं माणसं अन्न चवीनं खातात. एवढंच नाही तर जेवण हाच तिथला प्रमुख उद्योगधंदा असतो. काही महाभाग तर केवळ त्यासाठीच जगतात. विद्वान, वैदिक ब्राह्मण आणि पंडित मंडळी यांच्यापेक्षा या भोजनभाऊ भिक्षुकांचीच तेथे चलती असते. ब्राह्मण आईबापांच्या पोटी जन्माला येणे एवढी एकमेव हुशारीची गोष्ट त्यांनी केलेली असते. पण तेवढ्या भांडवलावर त्यांना आयुष्यभर जगता येते. निदान मी पाहिले तेव्हा तरी ते जग तसे होते.

आमचे गाव अस्सल क्षेत्राचे. त्यामुळे असल्या मंडळींचे कळपच्या कळप मी लहानपणी अगदी जवळून पाहिले. मुंगीला जसा बरोबर गुळाचा, साखरेचा वास लागतो तसे या मंडळींना अगदी बरोबर कुठे जेवणावळ आहे, हे नेमके कळत असे आणि त्या ठिकाणी ती न चुकता हजेरी लावत. माझ्या वर्गातलेच एक चिरंजीव या थोर तपस्वी मंडळींपैकी होते. त्याला मी एकदा कुतूहलाने विचारले,

"अरे, पण तुम्हाला कळतं कसं, अमक्या अमक्या ठिकाणी जेवणावळ आहे म्हणून?"

चिरंजीव बेरकीपणाने हसले.

"अरे, तुम्हाला नाही कळायचं. त्याचंसुद्धा एक शास्त्र आहे."

"शास्त्र?"

"तर मग....!"

मी फारच गयावया करून विचारले. हे ज्ञान देण्याविषयी प्रार्थनाच केली; तेव्हा

तत्त्ववेत्या ऋषीच्या गांभीर्याने तो म्हणाला, "तुम्ही लोक दोन वेळा जेवता. पोटात अन्न नसलं म्हणजे काय वाटतं हे तुम्हाला काय ठाऊक...! पण उपाशी माणसाचं डोकंच फार चांगलं चालत असतं लेका. आम्ही काय करतो माहीत आहे?"

"काय?"

"काही नाही, अगदी साधी गोष्ट आहे. आपली मंडई आहे ना, तिथं सकाळपास्नं जाऊन बसायचं. कुठं? जिथं केळीची पानं, द्रोण-पत्रावळी वगैरे विकतात ना तिथं. त्या दुकानाच्या आसपास मुक्काम ठोकायचा. केळीची पानं, पत्रावळींचा बिंडा कोण विकत घेतं याच्यावर लक्ष ठेवायचं. असा माणूस ते ओझं घेऊन चालला की, त्याच्यामागून सुटायचं. त्याचं घर बघून ठेवायचं. दुपारी बारा वाजता बरोबर तिथं हजर व्हायचं. अंगणात जाऊन हात जोडायचे. म्हणायचं,

"उपाशी ब्राह्मण आहे. दुपारी बाराची वेळ आहे. जेवण मिळालं तर बरं होईल. अरे, सहसा कुणी नाही म्हणत नाही. दे टाळी....!"

आता कुणीही हात पुढे केल्यावर टाळी ही द्यावीच लागते. कारण एका हाताने टाळी वाजत नाही. म्हणून मी टाळी दिली खरी; पण त्याच वेळी आमच्या घरीही अनेक वेळा यांपैकी मंडळी कशी जेवायला बरोबर आली होती, याचं रहस्यही मला उमगलं. अशी ही मंडळी जेवणाच्या कामात अतिशय चोखंदळ आणि रसिकही फार. पानात डाव्या-उजव्या बाजूला वाढलेल्या चटण्या-कोशिंबिरी या शोभेच्या वस्तू असतात, त्या खायच्या वगैरे नसतात, अशीच माझी बरेच दिवस समजूत होती. मेतकुटाची पिवळी चटणी, आमसुलाची काळी चटणी असले पदार्थ काय खातात थोडेच! असले पिवळे, काळे, तांबडे पदार्थ वाढले म्हणजे ताट छान रंगीबेरंगी दिसतं. तेवढाच त्यांचा उपयोग असतो अशी माझी कल्पना होती. पण ही मंडळी हेही पदार्थ चाखत-माखत खात आणि पुन्हा मागून घेत. वांग्याच्या फोडीची किंवा बटाट्याच्या फोडीची भाजी ही द्रोण नीट ठेवण्यासाठीच केलेली असते, अशीही कित्येक वर्षे माझी कल्पना होती. एक आमटीचा द्रोण आणि एक ताकाचा द्रोण. दोन द्रोणांना दोन भाज्या. त्यामुळे त्यांना 'टेकणाची भाजी' असेच आम्ही म्हणत असू. ती खायची पण असते हे ज्ञान मला या मंडळींकडूनच प्रथम मिळाले.

क्षेत्राच्या गावी श्राद्ध-पक्ष करणे असल्या गोष्टींना अपरंपार महत्त्व. लग्नमुंजीच्या पंक्ती तर नेहमी उठतच. पण एरवी समाराधनाही चालत. कुणी यात्रेकरू ब्राह्मण भोजन घालीत, कुणाचा भंडारा असे. अशा जेवणाला झाडून सगळे येत. रथी-महारथी आपली उपस्थिती लावीत. सपाटून जेवत आणि यजमानाला संतुष्ट करीत. एकेकजण आठ-आठ, दहा-दहा लाडू सहज हाणीत. कित्येक वीर तर हे गोड लाडू पुन्हा कुस्करून, त्यावर पुन्हा तूप-पिठीसाखर मागून घेऊन त्यात घालीत आणि मग मोठ्या प्रेमाने त्याचा आस्वाद घेत. पूर्वीच्या काळी परगावाहून आलेले हौशी

यजमानही त्यांचे हे कौतुक भरल्या डोळ्यांनी पाहत आणि तृप्त होत. देवळात अशा मंडळींच्या जेवणाच्या पंक्ती बसल्या म्हणजे तो प्रेमळ देखावा अगदी बघण्यासारखा असे. सर्व भोजन कलाकार अगदी प्राणपणाने आपली कला प्रकट करीत. शेवटी तर पानात शिल्लक राहिलेले लाडू एकमेकांना भर पंक्तीत फेकून मारण्यापर्यंत पाळी येई. आजही तो रम्य देखावा डोळ्यांपुढे आला की, माझ्या डोळ्यांना अजून पाणी येते. कुठे आजचा गरीब, उपाशी पोटाचा समाज आणि कुठे त्यावेळचा दारिद्र्य रेषेखाली जगणारा पण एकमेकांना लाडू फेकून मारणारा तप:पूत, क्षेत्रवासी समाज! त्या वेळची दारिद्र्यरेषाही श्रीमंत होती. आजच्यासारखी भिकारडी नव्हती.

लग्नाच्या पंक्तीत निमंत्रितांबरोबर ही मंडळीही अगत्याने आलेली नेहमी दिसत. दोघे-दोघे, चौघे-चौघे मिळून संभावितपणे ते येत आणि सराईतपणे पाटाचा कब्जा घेत. एकमेकाला खुणावत, बरोबर नेमकी जागा हेरून ते बसत. जेवायला सुरुवात होईपर्यंत मान खाली घालून अत्यंत नम्रपणे ते बसलेले असत. चेहरा दिसला तर कुणीतरी ऐनवेळी दगाफटका करील आणि आपल्याला पानावरून उठवील अशी धास्ती त्यापाठीमागे असे. म्हणून मान खाली घालण्याचा हा गनिमी कावा, पंक्तीत पूर्वी सर्वांना गंध लावण्याचीही पद्धत असे. अशा वेळी चेहरा खाली भुईकडे आणि गंधासाठी कपाळ तेवढे थोडे वर केलेले. ही यातायात करायला किती कौशल्य लागत असेल याची कल्पना शहरी माणसाला कधीच येणार नाही. पण शिवरायांच्या महाराष्ट्रातले हे ब्राह्मण वंशज या गनिमी काव्यात अगदी तरबेज असत. एकदा जेवायला बसल्यावर कोण आपल्याला उठवतो? तोपर्यंत हा किल्ला लढवायचा. अंतिम विजय आपलाच आहे.

मोठमोठे महाराज, स्वामी, मठाधिपती क्षेत्राच्या ठिकाणी आले की, त्यांचा महिनामहिना सहज मुक्काम असे. त्यांच्या त्या वास्तव्यात जेवणाच्या मोठमोठ्या पंक्ती रोज उठत. त्यात त्या त्या जातीच्या मंडळींना प्रसादासाठी बोलविणे असे. इतरही मंडळी या पंक्तीत घुसत. माझ्या लहानपणी उत्तरादि मठाचे मध्वाचार्य स्वामी बरेच दिवस मुक्कामाला होते. नदीपलीकडच्या त्यांच्या वास्तव्याच्या ठिकाणी मोठा मंडप टाकलेला होता. तेथे प्रचंड पंक्ती रोज उठत. शिरा, बुंदीचे लाडू, साखरभात यांसारखे पक्वान्नही रोज असे. इतकेच नव्हे तर दक्षिणाही प्रत्येकाला मिळे. या कलावंतांपैकी एक वर्गमित्र म्हणाला,

"का रे, जायचं का नदीपलीकडं जेवायला? उद्या तिथं शिरा आहे म्हणतात. शिवाय चार आणे दक्षिणा आहे.''

शिरा वगैरे गोड पदार्थांचे आकर्षण मला फारसे नव्हते. पण चार आणे दक्षिणा ही माझ्या दृष्टीने फार महत्त्वाची गोष्ट होती. आमच्या घरी जेवणखाण, कपडालत्ता या किरकोळ गोष्टींना काही कमी नव्हते. पण रोख पैसे नावाची वस्तू वडील सहसा आमच्या हाती लागू देत नसत आणि पैशाची गंमत काय आहे की ते लेकाचे सारखे

माणसाला लागत असतात. एखादा आवडीचा स्टंट सिनेमा पाहायला किंवा हॉटेलात जाऊन भजी, दहीमिसळ खायची म्हटल्यावर खिशात पैसे नकोत? ते नसले तर जिवाला फार त्रास व्हायचा. इतर बरोबरीची मित्रमंडळी आपल्या डोळ्यांदेखत सिनेमाला चालली आहेत, हॉटेलात शिरताहेत हे दृश्य अगदी पाहवत नसे. म्हणून पैशाची गरज असे. पावलीपावली दक्षिणा हा मुद्दा त्या दृष्टीने फार महत्त्वाचा होता.

तरी पण खात्री करून घेण्यासाठी मी मित्राला विचारले,

"नक्की का रे? चार-आणे नक्की मिळणार?"

"अगदी खात्रीनं मिळणार. मला माहीत आहे. पण गळ्यात जानवं पाहिजे अन् तांब्या-भांडं. निदान फुलपात्र बरोबर पाहिजे. तेवढं बरोबर घेऊन ये."

मुंज झालेली असल्यामुळे जानवे गळ्यात होतेच. ती अडचण नव्हती. येऊन जाऊन फुलपात्र हवे. ते आईची काकदृष्टी चुकवून दप्तरात कोंबले म्हणजे झाले. इतका सगळा बेत आम्ही पक्का केला. त्याप्रमाणे आईच्या नकळत दुसऱ्या दिवशी फुलपात्र दप्तरात दडपले. अडचण एकच आली. त्या दिवशीही नेहमीप्रमाणे घरी जेवणे भागच होते. ते जेवण करून शाळेत गेलो आणि तासाभराने शाळेला दांडी मारून नदीपलीकडचा मांडव गाठला आणि पंक्तीतले पान पकडले. आमच्या मित्राची ती अडचण नव्हती. घरी जेवायला नव्हतेच. त्यामुळे तो सपाटून जेवला. मला मात्र ते सुग्रास अन्न जाईना, पावलीच्या दक्षिणेसाठी कसाबसा जेवलो इतकेच. मित्राने तांब्याभांडेही बरोबर आणले होते. शिरा त्याच्या पानात वाढला की क्षणात तो अदृश्य होई. हा काय चमत्कार आहे म्हणून मी जरा बारकाईने पाहिले तेव्हा रहस्य उलगडले. शिऱ्याचे गोळेच्या गोळे तो हळूच तांब्यात टाकत होता आणि त्यावर हात ठेवून स्वस्थपणे बाकीच्या पक्वान्नाचा आस्वाद घेत होता. बिनजानव्याचीही अनेक ओळखीची मंडळी जानवे आणि गंध यांचा उपयोग करून पंक्तीत बसलेली दिसली. भरपूर जेवायचे आणि चार आणे घेऊन चालू लागायचे. परत येताना मी दोस्ताला म्हटले,

"अरे इतकं खाऊन पुन्हा तांब्यात कशाला शिरा घालत होतास?"

मित्र माझ्या अज्ञानमूलक पृच्छेला हसला अन् म्हणाला,

"तुझं ठीक आहे. आमची संध्याकाळची सोय काय? अन् एवढा मस्त शिरा कोण सोडतो? रात्री होईल, उद्या होईल. जमेल तेवढं हाणायचं. तांब्या-भांडं लेका पाणी पिण्यासाठी कुणी आणत नसतात."

"मग?"

"हे पक्वान्न घरी नेण्यासाठी भरायला तांब्या अन् ते दिसू नये म्हणून वर फुलपात्र पाहिजे. आलं लक्षात?"

सगळे लक्षात आलेच. पण मी यावर काय बोलणार?... तुम्ही आम्ही शहरी

मंडळी निरनिराळ्या विचारांची, निरनिराळ्या पक्षांची. या मंडळींचा मात्र एकच पक्ष. आमचे नानाभटजी हसतमुखानं सांगायचे, ''अरे, आम्हाला कसला आलाय पक्षन्‌बिक्ष? आमचा पक्ष एकच. तो म्हणजे श्राद्ध-पक्ष.''

*

माणूस बदलला पाहिजे!

राज्य परिवहन मंडळाची वाहतूक सेवा किंवा नेहमीच्या शब्दात सांगायचे म्हणजे, एस.टी. नावाची संस्था ही आता आपल्या चांगल्या परिचयाची आहे. इच्छा असेल तेथे मार्ग असतो असे म्हणतात आणि जेथे जेथे मार्ग तेथे तेथे एस.टी. ही आहेच. या उपयुक्त संस्थेने जनतेची खूपच सेवा चालवली आहे, यात शंकाच नाही. आता सगळीकडे उत्तम बसस्थानके आहेत. उतारूंना बसायला बाक आहेत. गाड्या सामान्यपणे वेळेवर सुटतात. वाटेत गाडी बंद पडली तर दुसऱ्या गाडीतून जाण्याची सोय होते. कँटिनमध्ये चहा-कॉफी नावाचे द्रवपदार्थ पाहिजे तेव्हा मिळू शकतात. हे सगळे खरे आहे. पण तरीही एस.टी.ने लांबचा प्रवास करण्याचा प्रसंग आला, तर माझ्या अंगावर काटाच उभा राहतो. बसस्थानके कितीही उत्तम बांधली असली तरी एस.टी.चे कर्मचारी आणि आम्ही उतारू दोघेही मिळून, अगदी सहकाराच्या भावनेने ती अस्वच्छ कशी राहतील याची पूर्ण दक्षता घेत असतो. स्वच्छतागृह नावाचे ठिकाण तर काही ठिकाणी इतके भयानक असते की काही विचारू नका. अशा स्वच्छतागृहात जाऊन अधिक स्वच्छ होण्याऐवजी आपण अधिक अस्वच्छ होऱ्याची खात्री असते. त्यापेक्षा निसर्गाच्या सहवासात रमणे हे अनेक मंडळींना मनापासून आवडते. काही स्वच्छतागृहे तर मी इतकी नामांकित पाहिली आहेत की वा! तेथपर्यंत पोचणेसुद्धा महाकठीण अशा भोवतालच्या परिसरातील स्थिती असते. स्थानकावरच्या बाकावर फार वेळ बसण्याचा प्रसंग आला, तर कोणकोणते प्राणी अंगावरच्या कपड्यातून तुमच्या बरोबर घरी येतील हे सांगता येणार नाही. काही आडमार्गांवरच्या बसेसमध्ये तर प्रत्येक आसन फाटलेले आणि आतील स्पंज नावाची मळकी वस्तू बाहेर डोकावत असलेली मी अनेक वेळा पाहिली आहे. काही वेळेला तर तीन प्रवाशांसाठी असलेले आडवे आसनच्या आसन खाली कोलमडत असते आणि ते हातांनी धरून प्रवाशांना आपला प्रवास आणि सुरक्षितता दोन्ही सांभाळावी लागतात. सरकारी खाक्या सगळा असा आहे.

हे सगळे अनुभव मी एस.टी.मध्ये वरिष्ठ पदावर असलेल्या एका अधिकारी

मित्राला सांगतो तेव्हा ते गंभीरपणे म्हणतात, ''खरं आहे तुम्ही म्हणता ते. याला उपाय एकच आहे!''

''कोणता?''

''माणूस बदलला पाहिजे. जोपर्यंत तो बदलत नाही, तोपर्यंत यात सुधारणा होणार कशी?''

''खरं आहे तुम्ही म्हणता ते.''

माणूस बदलला पाहिजे ही गोष्ट खरीच आहे. नाही कोण म्हणतो? पण तो केव्हा बदलणार तरी केव्हा? या देशातली माणसे बदलणे म्हणजे काय गंमत आहे होय? त्याला काही शतके तरी पाहिजेत आणि सरकारी सेवेतला माणूस बदलणे ही गोष्ट तर विधात्यालाही घडवून आणणे महाकठीण.

एकदा मला आठवते, मी कुठूनतरी या एस.टी.च्या प्रवासात लातूरला आलो आणि तेथून मला सोलापूरला जायचे होते. निघालो त्या ठिकाणी तांदूळ फार चांगला मिळत होता. म्हणून सामानाच्या बॅगेबरोबरच पाच किलो तांदूळ घेतला होता. ती तांदळाची पिशवीही सोबत होती. लातूरच्या जुन्या स्टँडवर गाडी थांबली. इथे आता बराच वेळ गाडी थांबणार होती. समोरच एक देशी हॉटेल दिसले म्हणून मी खाली उतरलो. जवळच कंडक्टर तिकिटे फाडीत उभा होता. त्याच्या भोवती उतारूंची गर्दी होती. कमीत कमी दहा मिनिटे तरी निश्चित आपल्याला आहेत हे पाहिले आणि समोरच्या हॉटेलात गेलो. कॉफी मागवली, तोपर्यंत एक पत्र लिहून टाकावे म्हणून खिशातले कार्ड काढले आणि पत्र लिहित बसलो. पत्र लिहून झाले. कॉफी संपवली. समोर बघतो तो काय?

गाडी निघून गेलेली!....

धावत धावत जाऊन मी चौकशी केली. पहिल्यांदा वाटले, इकडे-तिकडे बाजूला कुठेतरी उभी असेल. पण नाही. गाडी गेली हेच खरे. अगदी बावळटासारखे मी कुणातरी एस.टी. कर्मचाऱ्याला विचारले, ''गाडी... कशी काय गेली गाडी?''

''कुठली गाडी?'' त्याने थंडपणे विचारले.

''ती हो! इथं आता उभी होती ती.''

''इथं पन्नास गाड्या उभ्या राहतात दिवसात.''

''ती – उद्गीर-उस्मानाबाद!'' मी आठवून सांगितले.

''उद्गीर-उस्मानाबाद ना, ती गेली.''

''तेच विचारतोय ना मी. अशी कशी गेली?''

''तिच्या टैमावर ती जाणारच.''

''अहो, पण मी राहिलो ना खाली. माझी बॅग, हँडबॅग, पिशवी सगळं गाडीतच आहे.''

"ते गेलं गाडीबरोबर उस्मानाबादला."

या थोर इसमाशी बोलण्यात काही अर्थ नाही, हे ओळखून कंट्रोलरच्या रूममध्ये गेलो. तिथं कंट्रोलर या पदावर काम करणारा महात्मा त्याहीपेक्षा थोर भेटला. भोवताली ड्रायव्हर-कंडक्टरांचा घोळका होता. त्या गर्दीत खुर्चीवर बसून समोरच्या टेबलावरचे कागदपत्र वाचण्यात तो अगदी गुंग होऊन गेला होता. कितीतरी वेळ मी त्याचे लक्ष वेधून घेण्याचा प्रयत्न केला. पण ते जमले नाही. बऱ्याच वेळाने त्याने त्रासिक मुद्रा असलेले आपले मुंडके वर उचलून मज पामराकडे पाहिले.

"माझी गाडी चुकली आहे." मी त्याला समजावून सांगू लागलो तेव्हा तो खेकसला, "मग काय करू म्हणता?"

"माझं सामान गेलंय गाडीबरोबर."

"मग म्हणणं काय?"

आता या महात्म्याला आणखी कोणत्या शब्दांत आपले दुःख सांगावे हे मला कळेना. मी त्याला सांगण्याचा प्रयत्न केला की, पुढच्या कुठल्या तरी गाडीने उस्मानाबादला जाईन. त्याची काळजी नाही. पण पहिल्या गाडीत माझे सामान-सुमान आहे ते मिळेल अशी काही व्यवस्था करावी. आपण जर उस्मानाबाद डेपोला फोन केलात तर ते लोक सामान काढून ठेवतील आणि ते माझ्या हाती सुखरूप पडेल. पण हे ऐकूनही कंट्रोलरसाहेबांच्या मुद्रेवर मला करुणेचा अंशही दिसेना. ते पुन्हा खेकसले, "फोन कसा करा? अन् ट्रंक कॉलचे पैसे कोण देणार?"

"मी देतो ना. चूक माझी आहे. तेव्हा पैसे मीच देतो." मी गयावया करीत म्हटले.

"ऊंहूं... तसं नाही करता येणार."

"अहो पण का?"

"का म्हणजे? तेवढाच उद्योग आहे का आम्हाला?"

एवढे बोलून कंट्रोलरसाहेबांनी पुन्हा आपले त्रासिक डोके शहामृगासारखे समोरच्या कागदपत्रांत खुपसले. माझी कसलीही दखल त्यांनी घेतली नाही.

शेवटी जवळ उभ्या असलेल्या एका ड्रायव्हरसाहेबांनाच माझी दया आली. ते म्हणाले, "माझी गाडी उस्मानाबादला निघाली आहे. तुम्ही बसा माझ्या गाडीत. पाठोपाठ जाऊ आपण."

त्यांच्या गाडीत बसून उस्मानाबादला पाठोपाठ निघालो. तिकीट पुन्हा काढावे लागेल, हे कंडक्टरने सांगितल्यामुळे तिकीट तर काढलेच; पण या संभाषणाच्या गडबडीत माझी गाडी चुकली आहे आणि सामान पुढे गेले आहे हे जवळपासच्या बऱ्याच उतारूंना कळले आणि ते दयार्द्र दृष्टीने माझ्याकडे पाहू लागले. तेव्हा तर

मला फारच शरमल्यासारखे झाले.

शेजारचा एक उतारू चौकस मुद्रेने म्हणाला, ‘‘काय काय सामान होतं गाडीत?’’

‘‘एक सुटकेस, एक अॅटॅची बॅग आणि एक तांदळाची पिशवी....’’

‘‘बॅगबिग मिळेल एखाद्या वेळेला. पण तांदळाची पिशवी नाही मिळणार. ती गेलीच. बघा तुम्ही.’’

त्याने केलेले भविष्य खरे ठरले. दोन्ही बॅगा मिळाल्या. पण चांगल्या तांदळाची पिशवी गेली ती गेलीच. तिचा काही पत्ता लागला नाही. जे मिळाले तेही सर्वांदेखत पंचनामा होऊन, बॅगेतील सगळ्या पदार्थांची यादी वाचून दाखवून (दहा पैशाची तिकिटे चार, पंचवीस पैशाची तिकिटे दहा, पोस्ट कार्डे चार... इत्यादी.) मग अर्ध्या तासाच्या वाटाघाटीनंतर मिळाले. काय करणार? माणूस बदलला पाहिजे.

एकदा तर बार्शीला जाण्यासाठी एका स्टँडवर आम्ही सगळे कुटुंबीय उभे होतो. बार्शीची पाटी असलेल्या फलाटावर गाडी लागेल म्हणून वाट पाहत होतो. अगदी समोर, पटांगणाच्या कडेला एक गाडी बराच वेळ उभी होती. थोड्या वेळाने ती सुटली आणि निघूनही गेली. बराच वेळ झाला तरी बार्शीची गाडी अजून का फलाटाला लागत नाही म्हणून मी चौकशी केली तेव्हा एक कर्मचारी चकित होऊन म्हणाले, ‘‘भले! बार्शीची गाडी आत्ता तुमच्यादेखत गेली की हो! चांगली दहा मिनिटं झाली.’’

आधीच चकित झाल्यामुळे मला पुन्हा चकित होताच आले नाही.

‘‘असं? कुठं होती ती गाडी?’’

‘‘त्या तिथं समोर नव्हती का? ‘बार्शी... बार्शी... बार्शी...’ असं तरी ओरडत होतो की आम्ही सारखं!’’

मी पटकन खालीच बसलो. (बाकीचे आधीच बसले होते.) फलाटाला गाडी न लागता समोर ती का लावली होती आणि ‘बार्शी... बार्शी’ हे शब्द आमच्या कर्णरंध्रात कसे घुसले नाहीत, हे असंबद्ध प्रश्न विचारण्याचे धाडस अर्थातच मला झाले नाही.

औरंगाबादकडे जाताना वाटेत एके ठिकाणी गाडी थांबली. मी खाली उतरलो. पाणी पिऊन पुन्हा वर चढताना माझा हात गडबडीत गाडीच्या दारावरून सरकला. दाराचा पत्रा वर आलेला होता. तो हाताला लागला आणि हात थोडासा कापला. रक्त आले. आता काय करावे म्हणून मी विचार करीत होतो तेवढ्यात एक उतारू प्रेमळपणाने मला म्हणाला,

‘‘रक्त आलंय का? मग ड्रायव्हरच्या शेजारी ती पेटी आहे ना प्रथमोपचाराची, ती मागा. आयोडीन वगैरे लावा. म्हणजे कटकट नाही घरी जाईपर्यंत.’’

मला ते म्हणणे पटले. एस.टी.मध्ये प्रथमोपचाराची पेटी ठेवल्याबद्दल मी

राज्य परिवहन मंडळाला धन्यवाद देत कंडक्टरकडे गेलो आणि हात दाखवला. पेटीतील आयोडिनची मागणी केली.

कंडक्टरने एकदा रक्त आलेल्या हाताकडे बघितले. मग माझ्याकडे पाहिले. ''हां, करतो आं व्यवस्था,'' असे म्हणून तो ड्रायव्हरकडे गेला. ड्रायव्हर आणि कंडक्टरचे काहीतरी बोलणे झाले. काय झाले ते मला काही ऐकू आले नाही. पण काहीतरी गंभीर मुद्यावर चर्चा व्हावी, अशा दोघांच्याही मुद्रा उत्तरोत्तर गंभीर होत गेल्या.

थोड्या वेळाने कंडक्टर परत आला. जीवनातील अत्यंत आणीबाणीचा क्षण जवळ आला आहे अशा मुद्रेने जड आवाजात म्हणाला, ''साहेब –''

''काय हो?''

''आयोडिन लावलंच पाहिजे का साहेब?''

''म्हणजे?'' मला काही उलगडा झाला नाही.

''तसंच नुसतं हात धुवून टाका ना साहेब. पाहिजे तर मी पाणी आणतो.''

''का बुवा?''

तो अगदी काकुळतीला येऊन म्हणाला,

''त्याचं काय आहे साहेब, आयोडीन लावायचं ना, म्हणजे ती पेटी फोडायला पाहिजे. तिला 'शील' आहे साहेब. शील एकदा का फोडलं की लाख चौकशा... कुणी फोडलं, केव्हा फोडलं, का फोडलं, काय काय वस्तू होत्या, काय खर्च झाला... अहो....''

''आलं लक्षात.''

एवढं बोलून मी माघार घेतली. त्याने आणून दिलेल्या पाण्याने स्वच्छ हात धुतला. हाताला रुमाल बांधला आणि मुकाट्याने गाडीत जाऊन बसलो.

सारांश काय, माणूस बदलला पाहिजे! सरकारी माणसे जेव्हा बदलतील तेव्हा बदलतील. तूर्त आपणच बदलले पाहिजे आणि थोडे जास्त सहनशील झाले पाहिजे; नाही का?''

*

सांगलीत पाहिलेले नाटक

आता त्या गोष्टीला चाळीसपेक्षा अधिक वर्षे होऊन गेली. पण त्या वेळी पाहिलेले 'शारदा' नाटक अजून आठवते. त्याच्या आठवणी अजून मनात अगदी ताज्या आहेत. आठवण झाली की, आजही खूप मजा वाटते. हसूही येते.

१९४३ सालची गोष्ट. नुकताच मी मॅट्रिकच्या वर्गात गेलो होतो. सांगलीला मराठी साहित्य संमेलन भरणार असल्याची बातमी समजली. श्री. बापूसाहेब माटे यांची अध्यक्ष म्हणून निवड झाली होती आणि नुसतेच साहित्य संमेलन नव्हते. नाट्यसंमेलनही त्याला जोडूनच भरणार होते. सगळ्यात अद्‌भुत म्हणजे त्यावर्षी नाट्यशताब्दीपूर्तीचा समारंभही या निमित्ताने होणार होता. मराठी रंगभूमीला बरोबर शंभर वर्षे पुरी झाली होती, म्हणून मोठा सोहळा होणार होता. या सोहळ्याचे अध्यक्ष होते स्वातंत्र्यवीर सावरकर आणि या निमित्ताने रंगभूमीवरील नामवंत नट 'शारदा' नाटकाचा संयुक्त प्रयोग करणार होते. बालगंधर्व, चिंतामणराव कोल्हटकर, गणपतराव बोडस, केशवराव दाते, चिंतोबा गुरव, लोंढे, मास्टर नरेश... एकेका नावासाठी सबंध नाटक पाहावे अशी ही माणसे. ही सगळी एका नाटकात एकत्र दिसणार होती. अगदी कपिलाषष्ठीचाच योग होता म्हणानात!

एकवीस-बावीसमध्ये बालगंधर्व आणि केशवराव भोसले यांचा संयुक्त 'मानापमान' फार गाजला होता. त्या वेळी माझा जन्मही झाला नव्हता. पण वडिलांनी ते नाटक पाहिले होते. त्याच्या खुमासदार आठवणी ते कधी कधी सांगत. त्या शाळकरी वयातही मला जाणवले की, ही तशीच दुर्मिळ संधी आली आहे. आपण ती दवडता उपयोगी नाही. शताब्दीपूर्तीचा हा योग पुन्हा केव्हा येणार? (येईल म्हणा. आणखी शंभर वर्षांनी द्विशताब्दी येईल. पण त्या वेळी आपण असणार नाही!) म्हणून ही पर्वणी आपण साधली पाहिजे. अजिबात हयगय करून चालणार नाही.

सावरकरांचे भाषण आणि 'शारदा' नाटक ही दोन मोठी आकर्षणे. वडिलांना विचारल्यावर त्यांनाही ते पटले असावे. त्यांनी मला परवानगी दिली. चार-दोन मित्रांना या पर्वणीचे महत्त्व समजावून सांगण्याचा खटाटोप केला. बाकीचे कुणी

तयार झाले नाहीत. भगवान बडवे हा एक मित्र यायला तयार झाला.

बार्शी लाईट रेल्वेने रात्रभर प्रवास करून आम्ही सकाळी आठ-नऊला सांगलीला जाऊन पोहोचलो.

आता हल्ली सांगलीत जेथे 'जनता थिएटर' आहे, तेथे त्या वेळी मोकळे पटांगण होते. या पटांगणात एक विस्तीर्ण मांडव उभारला होता. अगदी सकाळीच नाट्यशताब्दीपूर्तीचा सोहळा होणार होता आणि रात्री नाटक होणार होते. ऐनवेळी प्रेक्षकांनी भरलेली गॅलरी कोसळली. बरीच मंडळी घायाळ झाली. त्यामुळे समारंभ उशिरा सुरू झाला. म्हणूनच उशिरा येऊनही आम्हाला तो थोडाफार सापडला. आज मला आठवते ते इतकेच की, एवढा मोठा मांडव माणसांनी गच्च भरला होता. आता कोठे बसायला जागा नव्हती. आम्ही एकेका स्वयंसेवकांना झुकांड्या देत रंगमंचावरच्या विंगेपर्यंत जाऊन पोहोचलो. अडचणीत तास-दीड तास विंगेतल्या बाकड्यावर उभा राहून तो सोहळा पाहिला. सावरकरांचे भाषण ऐकले. सकाळपासून पोटात अन्नाचा कण नव्हता. भुकेचा डोंब उसळला होता. ऐन मध्यान्हीची वेळ होती. सावरकरांचे भाषण नीटसे मनापर्यंत पोचतही नव्हते.

रात्रीचे नाटक खरे महत्त्वाचे होते. ते पाहायला मिळावे या तडफडीने आम्ही पंढरपूरहून धावत सांगलीला आलो होतो. पण आमच्या नाट्यप्रेमाशी तिथल्या मंडळींना काही कर्तव्य नव्हते. त्यांनी कडेकोट बंदोबस्त केला होता.

रात्री जेवण-खाण वगैरे यथास्थित आटोपून आम्ही संमेलनाजवळच्या रस्त्यापाशी आलो. पाहतो तो तोबा गर्दी उसळलेली. रस्ता आणि मुख्य मंडप याच्यामध्ये एक रिकामे आवार होते. त्या आवारातही खूप गर्दी होती. स्वयंसेवक तर रस्त्यावरच्या प्रवेशद्वारापाशीच खडे होते. इथंच एवढा कडेकोट बंदोबस्त, तर मंडपात जायला कसे मिळणार?

इकडं तिकडं खूप वणवण हिंडलो. स्वयंसेवकापाशी जाऊन विनवणी केली. नुसतं या आवारात सोडा, पुढं आम्ही तिकिटं वगैरे काढू म्हणून सांगितले. पण कुणालाही आमची दया आली नाही. एक-दोनदा आम्ही हा प्रयोग केल्यावर एक जबरदस्त अंगाचा स्वयंसेवक भसाड्या आवाजात ओरडला,

"ए, होता का नाही बाजूला? का सांगू या शिपायांना पकडा म्हणून? चलो, हकाल –"

खरे म्हणजे संस्थानचे पोलीस ते काय! पण शाळकरी वयात त्यांचाही धाक वाटला. आम्ही घाबरून मुकाट्याने बाजूला जाऊन उभे राहिलो. मन खचले होते, पण उरातील आवेश मात्र अजून अभंग होता. काही झाले तरी नाटक पाहायचेच, प्रयत्न सोडायचा नाही.

काय करावे बरे?

मी इकडे तिकडे शोधक दृष्टीने पाहिले.

त्या रिकाम्या आवाराला लागूनच एक पडके घर होते. 'भिंत खचली, कलथून खांब गेला' या जातीचे. आत अंधार होता. रस्त्याच्या बाजूने भिंत चढून आत उडी मारायची. अंधारातून दहा-पाच पावले टाकायची. मग पुन्हा एक भिंत चढून बाहेर उडी टाकली की, ती त्या आवारातच पडत होती. दोन शूर माणसे या पद्धतीने आत घुसली हे प्रत्यक्ष पाहिल्यावर मी मित्राला खुणावले.

''भगवान, काही इलाज नाही. आता भिंतीचा कडा चढून नाटकाचा गड काबीज करू. चल.''

आम्ही दोघेही दोन भिंती चढलो आणि दोन भिंती उतरलो. अंगाला खरचटले. थोडासा पाय मुरगळला, कपडे मळले; पण मांडवापर्यंत जाण्याचा मार्ग मोकळा झाला. सुदैवाने या चोरवाटेकडे कुणाचेच लक्ष नव्हते. त्यामुळे मोहीम शंभर टक्के फत्ते झाली.

कपडे वगैरे साफसूफ केले. तिकिटं काढलेल्या प्रेक्षकांच्या संभावीत मुद्रेने आम्ही त्या आवारातील गर्दीत हिंडू लागलो. मंडपाच्या निरनिराळ्या दारापर्यंत जाऊन आत डोकावून पाहिले.

नाटकाला अजून अर्धा तास तरी अवकाश होता, पण सगळा मांडव शिगोशीग भरला होता. फक्त पुढच्या काही रांगा आणि कोच रिकामे दिसत होते. तरीही गर्दी आत लोटतच होती. कुठे ना कुठे रिचवली जात होती. बडी बडी मंडळी येत होती. पुढच्या रांगाही हळूहळू भरत होत्या.

एकदम गडबड, गोंधळ वाढला. शिपायांची पळापळ झाली. कार्यकर्ते धावताना दिसले. तेव्हा आम्ही बावरून इकडे तिकडे पाहू लागलो. शिपायांनी आम्हाला घाईघाईने मागे रेटले. मग आम्हाला दिसले – भगवे साफे घातलेले एक-दोन रुबाबदार पुरुष, त्यांच्या पाठीमागे डोक्यावर पदर घेतलेल्या गोऱ्यापान देखण्या स्त्रिया, असा परिवार मोटारीतून मंडपाकडे जाताना दिसला. राजेसाहेब, राणीसाहेब, युवराज असले काही शब्द जवळपासचे लोक कुजबुजत होते. यावरून सांगलीच्या राजघराण्यातील ही मंडळी आहेत हे आम्ही ओळखले. मला त्यांचा फारच हेवा वाटला. हे लोक अगदी पुढच्या कोचावर बसून ऐटीत नाटक पाहणार अं? अन् आम्ही मात्र बाहेर तडफडतो आहोत. पण कुणी आत सोडायला तयार नाही. अहो, आम्ही थोडंच कोच मागतो आहोत? नुसते आत सोडले तरी पुरे.

फुक्कट नाटक पाहावे अशी माझी बिलकूल इच्छा नव्हती. ते अशक्यही होते. संमेलनाच्या प्रतिनिधित्वाची वर्गणी भरली होती. शिवाय नाटकाचे तिकीट काढण्यासाठी पाच रुपये अगदी वेगळे जपून ठेवले होते. पण त्याचा काही उपयोग दिसत नव्हता. अंदाजाने चेहऱ्यावरून प्रमुख कार्यकर्ते दिसणाऱ्या काही जणांना आम्ही हटकून

पाहिले –

"अहो, आम्ही फार लांबून आलो आहोत हो. आम्हाला पाच रुपयांचं तिकीट द्या ना."

"छे: छे:! तिकीट-बिकीट काही नाही." असे म्हणून ते लगबगीने पुढे चालू लागत. आमच्यासारख्या पोराठोरांच्या नादी लागायला त्यांना वेळ कोठला?

कुणीतरी एकाने आम्हाला दमच भरला, "म्हणजे? तिकीट नाही तर इथपर्यंत आत आलाच कसे तुम्ही? चला व्हा बाहेर."

हे ऐकल्यावर आम्ही दोघेही शक्य तितक्या चपळाईने भोवतालच्या गर्दीत नाहीसे झालो. हा खरोखरच आपल्याला बाहेर काढतो की काय, अशी मला भीती वाटली. पण सुदैवाने त्यालाही आमच्या पाठीमागे लागायला वेळ नव्हता. त्यामुळे आम्ही सुटलो.

नाटकाची वेळ झाली. पहिल्या दोन घंटा झाल्या. मांडवात अगदी खेचाखेच झालेली दिसली. तरी प्रेक्षक आत जातच होते. आम्ही निरनिराळ्या प्रवेशद्वारांजवळ उभ्या असलेल्या स्वयंसेवकांना विनवून पाहिले, करुणा भाकली, "हे पाच रुपये वाटल्यास तुम्ही घ्या." म्हणूनही सांगून बघितले. पण स्वयंसेवक भलतेच प्रामाणिक आणि कर्तव्यदक्ष निघाले. कुठेच काही डाळ शिजली नाही.

पहिली दोन-तीन प्रवेशद्वारे मोठ्या मंडळींसाठीच होती. तेथे आपला निभाव लागणार नाही हे आम्ही ओळखले. अगदी शेवटच्या दारापाशी आम्ही उभे राहिलो. आता कसे शिरावे? काय नवीन डावपेच लढवावेत?

मी डोके खाजवीत होतो. आमच्यासारखीच इतरही पाच-पंचवीस मंडळी गर्दी करून बाहेर उभी होती. तेही आमच्यासारखेच अडचणीत सापडलेले रसिक असावेत. पण कुणाचाच काही उपाय चालत नव्हता. तिकीटवाले लोक तेवढे आत शिरले होते.

तिसरी घंटा झाली. आतून ऑर्गनचे सूर बाहेर ऐकू येऊ लागले.

आता मात्र मी आशा सोडली.

एवढ्यात कुणीतरी छातीवर बिल्ला लावलेला एक कार्यकर्ता घाईघाईने आतून बोलत बोलतच बाहेर आला. स्वयंसेवकांना म्हणाला,

"आत बाकं कमी पडलीत, आणखीन दहा-पाच तरी पाहिजेत. चला, कुणीतरी उचला ती बाकं. घेऊन चला आत."

मी आसपास पाहिले. बाजूला कोपऱ्यात आठ-दहा बाकांचा ढिगारा पडला होता. तिघे-चौघे स्वयंसेवक धावले. दोघादोघांनी एकेक बाक उचलून त्या गर्दीतून आत गेले. माझे डोके एकदम तरातरा चालू लागले.

मी एकदम मित्राला म्हटले, "भगवान, धर बाक त्या बाजूनं. मी इकडून धरतो.

चल उचल अन् चल आत. पुन्हा हा चान्स यायचा नाही.''

भगवानलाही प्रसंगाचे गांभीर्य कळले होतेच. त्याने चटदिशी पुढे होऊन एका बाजूने एक बाक उचलला. मी दुसऱ्या बाजूने टेकू दिला. ''चला चला... बाजूला व्हा!...'' करीत आम्ही त्या गर्दीतून पुढे घुसलो. स्वयंसेवकांना तोंडे न दाखविता, बाक वर करून आणि मान खाली करून प्रवेशद्वारातून राजरोस आत घुसलो. बाक गर्दीच्या पाठीमागे नेऊन ठेवला.

नीट दिसत नव्हते. म्हणून लोक हळूहळू बाकावर उभे राहत होते. आम्हीही एकूण रागरंग पाहिला. आम्ही आणलेल्या बाकावरच आम्ही उभे राहिलो आणि उत्सुकतेने समोर पाहत राहिलो.

'शारदा' नाटक सुरू झाले होते.

पुढे चार-पाच तास त्या बाकावर तपस्वी पुरुषाप्रमाणे आम्ही उभेच होतो. पाय दुखत होते. अंगाला रग लागत होती. डोळे चुरचुरत होते. पण तरीही नामवंत नटश्रेष्ठांनी रंगवलेले ते अपूर्व सुंदर नाटक आम्ही अगदी डोळे भरून पाहिले. स्वतःला धन्य मानून घेतले!

आता अनेक वेळा नाटक पाहतो. पैसे टाकून पहिल्या दोन-तीन रांगांत बसतो. कधी खास निमंत्रिताच्या ऐटीत पहिल्या रांगेतसुद्धा. पण या 'शारदा' नाटकाची गोडी पुन्हा कधीही येणार नाही हे मात्र खरे!

✳

ग्रंथ : एक नवे इंधन

परवाच एक प्रकाशक-मित्र भेटला होता. पूर्वी त्याची परिस्थिती बरी नव्हती. पुस्तके फारशी खपत नव्हती. बँकेचे कर्ज, लोकांचे देणे-पाणी यापायी तो बेजार झाला होता. पण आता भेटला तेव्हा बरा दिसला. आता कर्जपाणी वगैरे नाही म्हणाला. पुस्तके बरी खपतात म्हणूनही सांगू लागला. मला जरा कुतूहल वाटले. अशी खपणारी पुस्तके तरी कोणती?

"काय, पाठ्यपुस्तकं वगैरे काढलीस की काय?" मी विचारले.

पाठ्यपुस्तकं कशाची बोडक्याची काढतोय? पहिली ते सातवी सरकारनं धंदा काढला. आठवी ते दहावीचंही काम चालू आहे. त्यामुळे आमचा रस्ता बंद. पहिले पाठ्यपुस्तकवालेच ठणाणा करताहेत."

"मग काय, कॉलेजची?"

"तिथंही मातब्बर मंडळी पूर्वीची आहेतच. नव्या माणसाला शिरकाव कठीणच. टेक्स्ट-बुकं नाहीत, गाईडं नाहीत, काही नाही."

"मग शृंगारिक कादंबऱ्या, धार्मिक वाङ्मय?"

"शृंगारिक वगैरे भानगड आपल्याला जमणं कठीणच. खटले वगैरे होतात. धार्मिक वाङ्मय म्हणालास ते मात्र बरोबर."

धार्मिक पुस्तके चांगलीच खपतात. लोकांना ती नेहमीच पाहिजे असतात. अशा प्रकारच्या पुस्तकांचा खप किती मोठा असतो ते मी प्रत्यक्ष पाहिलेले आहे. पण त्यातही प्रकाशक खूप आहेत, स्पर्धाही आहे. मग याने अशी कोणती पुस्तके छापली? मला कुतूहल वाटले.

"कोणती पुस्तकं बाबा? ज्ञानेश्वरी, गाथा, भागवत, सकलसंत –"

प्रकाशक-मित्र हसला. त्याच्या डोळ्यात मिश्कीलपणाचा भाव दिसला. माझ्या पाठीवर थाप मारून तो म्हणाला,

"ते आमचं ट्रेड सीक्रेट आहे. तुला सांगणार नाही. पण सध्या एक पुस्तक छापतोय. त्याची माहिती तुला सांगतो. त्यावरनं काही कळलं तर बघ."

''कोणतं पुस्तक?''

''मनुस्मृती.''

''काय? मनुस्मृती?'' नकळत मी ओरडलोच.

''होय होय. मनुस्मृतीच.''

''त्याला एवढा खप कुठला?''

''हां, हेच तर तुझं अज्ञान आहे.''

मग आमच्या मित्रानं त्याबद्दलची सर्व माहिती मला पुरवली. 'मनुस्मृती' हा जुना धार्मिक ग्रंथ. संस्कृतमध्ये असलेला. परवापरवापर्यंत त्याला मुळीच मागणी नव्हती. इतकेच नव्हे तर या ग्रंथाचे नावही फारसे कुणाला ठाऊक नव्हते. पण अलीकडे परिस्थिती पालटली आहे. राजकारणातील प्रगतीमुळे लोक जागृत झाले आहेत आणि या ग्रंथाचे नाव आता आबालवृद्धांना ठाऊक झाले आहे. विशेषत: पुरोगाम्यांचे काही पुढारी या ग्रंथाचे नाव काढल्यावर फार चवताळतात. या पुस्तकाची ताबडतोब होळीही करतात. त्यामुळे 'मनुस्मृती' सध्या वाचायची म्हटले तरी लवकर मिळत नाही. मुंबईला काही पुरोगामी मंडळींना मनुस्मृती जाळायची होती. पण ऐन वेळेला ग्रंथ मिळालाच नाही. पुष्कळ शोधाशोध झाली. पण हाय! एकही प्रत हाती लागेना. शेवटी न खपणारा दुसराच कुठलातरी ग्रंथ आणून तो जाळला आणि वेळ निभावून नेली. सारांश, या ग्रंथाला सध्या भाव आहे. सध्याची परिस्थिती पाहिली तर आणखीही बऱ्याच प्रती जळतील यात शंकाच नाही.

''निदान दोन हजाराच्या आवृत्तीला मरण नाही रे!'' माझा मित्र खिशातून सिगारेटचे पाकीट काढून त्यातील एक ओठाशी लावीत म्हणाला. मी हळूच पाहिले. स्टेट एक्स्प्रेस सिगारेट होती. पूर्वी त्याच्या खिशातून विडीचे बंडल निघायचे. आता एकदम स्टेट एक्स्प्रेस अं?

''राजकारण सध्या जोरात आहे. चार-दोन वर्षांत; अन् बृहन्महाराष्ट्रात मिळून दोन हजार प्रती जळायला काहीच हरकत नाही.''

मित्राचे म्हणणे मला पटले. कुणाचे काही असो, आपण आपला धंदा बघावा हा शहाणपणा. दोन हजार प्रती दोन-तीन वर्षांत जात असतील तर काय हरकत आहे? कुणी वाचतील, कुणी जाळतील. बाकी वाचणार कोण म्हणा? त्यासाठी बराच वेळ घालवायला पाहिजे. जाळतील हेच खरे. काही का असेना, पुस्तके खपली म्हणजे झाले!

खूश होऊन मी त्याला आणखी काही कल्पना सुचविल्या. मी म्हटले, ''पुस्तकाची जाहिरात तू करणारच असशील. जाहिरातीतही नाविन्य पाहिजे. तू अशी जाहिरात केलीस तर?''

''कशी?''

विक्रीस तयार! विक्रीस तयार!

'मनुस्मृति' या प्रक्षोभक ग्रंथाची खास जाळण्यासाठी काढलेली नवी आवृत्ती!

निराशा टाळण्यासाठी पुरोगाम्यांनो, त्वरा करा!!

आपली आवृत्ती आजच नोंदवून ठेवा.

प्रकाशक-मित्र खूश झाला.

"ही कल्पना चांगली आहे. पण यात काही सवलतीची योजना जाहीर करता येईल का? ती एक भानगड सध्या लागते."

"करता येईल. अर्धवट जळलेले कव्हर देणाऱ्यास पंचवीस टक्के सवलत."

"चांगली योजना आहे. याचा परिणाम नक्कीच होईल."

"आणखीही काही गोष्टी करता येतील. 'मनुस्मृति' जाळणे सुलभ व्हावे म्हणून त्याचे वरचे रॅपर सिलोलाईडचे बनवावे. काडी लावल्याबरोबर पेट घेतला पाहिजे. शिवाय, आत एक छोटा कप्पा. त्यात एक काड्याची पेटी विनामूल्य."

"ही तर बहारच उडाली."

मलाही चेव चढला.

"एवढ्यानंच भागलं असं नाही. जुन्या सनातनी लोकांसाठी तू एक निराळी आवृत्ती काढ. 'फायरप्रुफ एडिशन' अशी त्याची जाहिरात करायची. कोणत्याही परिस्थितीत ग्रंथ जळणार नाही याची हमी. दोन वर्षांची किमान गॅरंटी."

माझा मित्र या कल्पनेवर एवढा खूश झाला की, त्याने स्टेट एक्स्प्रेस तर मला दिलीच, पण वर हॉटेलात नेऊन चहाही पाजला.

चहाचे गरम घुटके घेतल्यावर शेवटी मी म्हटले,

"आता तुला एक गोष्ट सांगतो. शहाण्या लोकांचं असं म्हणणं आहे की, आपल्या समाजाची आजची जी रचना आणि व्यवस्था आहे ती मनुस्मृतीप्रमाणे नाही."

"मग?"

"तो ग्रंथ 'याज्ञवल्क्य-स्मृती' हा आहे. याज्ञवल्क्य-स्मृतीनुसारच आपले बरेचसे कायदे आणि नियम बनवले गेले. पण आमच्या पुरोगामी मंडळींना याचा अजून पत्ता नाही. ते 'मनुस्मृती' हातात धरूनच आरडाओरडा करताहेत."

माझ्या मित्राचे डोळे एकदम चमकले. घाईघाईने तो म्हणाला,

"अरे, मग हे कुणीतरी सांगायला पाहिजे. चांगलं ओरडून सांगितलं पाहिजे."

"ठीक आहे." मी गंभीरपणे म्हटले,

"तुझी ही आवृत्ती संपू दे. मग मी पुरोगाम्यांच्या कानांत हे पिल्लू सोडून देतो."

"नक्की का? तसं वचन दे. म्हणजे मी या ग्रंथापाठोपाठ 'याज्ञवल्क्यस्मृती'ची आवृत्ती काढतो. आपल्याला काय? जे पुस्तक पॉप्युलर ते काढायचं."

मित्राने सिगारेटचा धूर सोडला. मी घाईघाईने त्याचा निरोप घेतला.

*

सुखस्वप्नातील लेखन

मराठी लेखकाची सध्याची स्थिती काय आहे हे जगजाहीर नसले, तरी महाराष्ट्र जाहीर आहे. पूर्वी प्रकाशक लेखकाची पुस्तके जवळजवळ फुकटावारीच घेत असत (असे म्हणतात). आता पानाला दोन रुपये, चार रुपये असा दर आहे. आवृत्ती हजाराच्या प्रचंड आकड्यावरून दोन हजारापर्यंत गेली आहे. चांगल्या लेखकांच्या कथेला दोन-अडीचशे रुपये संपादक देतात. दिवाळीचे दिवस आले म्हणजे आम्ही छाती फुगवून सांगतो, ''दोनशे रुपये घेऊ.'' आणि ती दक्षिणा पदरात पडली की आम्हाला धन्य धन्य वाटते. एका संपादकाला तर भीत भीत मी 'तीनशे रुपये' हाही आकडा सांगितला. त्याने तो मान्य केल्यावर लेखक असल्याबद्दल मला भलताच अभिमान वाटला!

पुस्तकाची दोन हजारांची आवृत्ती संपली म्हणजे अगदी आनंदीआनंद. दुसरी आवृत्ती निघाली (एक हजाराची) म्हणजे नंदनवनातला गार वारा अंगावर आल्याचा भास होतो. कुणीतरी एखाद्या ठिकाणी भेटतो. अमुक-अमुक गोष्ट वाचली म्हणून सांगतो. सटीसहामाशी एखादे पत्र येते. पण ते कुणीही उघडून वाचावे अशा रीतीने टेबलावर ठेवून द्यावेसे वाटते. मराठी लेखकाचे वैभव जेमतेम एवढेच आहे.

पण ही परिस्थिती फार दिवस टिकणारी मुळीच नाही. इंग्रजी भाषेतल्या लेखकाला जे वैभव आणि जे नाव-गाव मिळते, ते आज ना उद्या आमच्या मराठीतल्या लेखकाच्याही वाट्याला येणार आहे. आता फार उशीर नाही, सहा पंचवार्षिक योजना पार पडल्याच आहेत. सातवी सुरू होत आहे. माणसे भराभर साक्षर होत आहेत. बँका, कारखाने, धरणे, शेती यांच्या वाढीबरोबर राष्ट्रीय संपत्तीही वाढत आहे (निदान तशी बोलवा आहे.). मग मराठी लेखकाची स्थिती सुधारायला उशीर तो किती?... मी असा विचार करू लागलो की, हा, हा म्हणता माझ्या डोळ्यांसमोर ते चित्र कल्पनेने उभे राहते. बघता बघता मी त्यात गुंग होऊन जातो....

■

सकाळी नेहमीप्रमाणे मी सर्व गोष्टी आटोपून माझ्या लिहिण्याच्या खोलीत

प्रवेश केला तेव्हा लेखनिक माझी वाटच पाहत होता. टेबलावर नित्याप्रमाणे प्रचंड टपाल येऊन पडले होते. तरी माझ्या खासगी कार्यवाहाने त्यातल्या त्यात निवडून निम्मे टपाल हातावेगळे केले होते आणि जे मीच पाहणे आवश्यक तेवढेच टेबलावर ठेवले होते. पण त्याकडे बघायलाही फुरसत नव्हती. लेखनिकाला नव्या कादंबरीचा मजकूर भराभर सांगणे आवश्यक होते. त्याने दोन तास काम केले की, दुसरा लेखनिक येणार होता. त्याला नवे नाटक सांगावयाचे होते.

पाईप पेटवून मी भराभर मजकूर सांगू लागलो. लेखनिक लघुलिपीत उतरवून घेऊ लागला....

"हं... रानाकडं जाणारा मोठा रस्ता सोडून पाटलाचा तरणाबांड पोरगा शिवा पायवाटेला लागला तेव्हा सांज झाली होती. कडुसं पडलं होतं. गार वारा वाहत होता. अंगाला झोंबत होता. रातकिड्यांची किर्रर्र नुकतीच सुरू झाली होती. अर्धवट नांगरून पडलेल्या रानात एक ट्रॅक्टर उभा होता. त्या ट्रॅक्टरला टेकून पार्वती उभी होती. वाऱ्याच्या झोताने तिच्या पदराची हालचाल होत होती. उरावरचा पदर वाऱ्याबरोबर हेलकावे घेत होता. पण तिचे त्याकडे लक्ष नव्हते. शिवाला पाहिल्याबरोबर आपला गोरापान नाजूक हात तिने वर केला. त्याबरोबर शिवा तडाख्याने तिच्याकडेच आला. तिचा नाजूक हात आपल्या हातात घेऊन म्हणाला,

"लाडके...."

एवढ्यात फोनची घंटा वाजली किर्रर्र... किर्रर्र....

मी फोन कानाला लावला. लेखनिक थांबला.

"हं, मीच बोलतोय. आपण कोण?"

"मी लंडनहून जेम्स अँड थेम्स प्रकाशन कंपनीचा मॅनेजर बोलतो आहे. मि. बेटिंग."

"लॉर्ड वुल्यम बेटिंगचे आपण कोण?"

"तसा काही संबंध नाही. पण लांबची भावकी म्हणानात."

"बरं, बोला."

"आपली नवी कादंबरी एका अमेरिकन प्रकाशन संस्थेला दिली आहे, ही बातमी–"

"अगदी खरी आहे. परवाच मी न्यूयॉर्कला गेलो होतो. त्या वेळी लेखी करारही झाला."

"अरेरे..." बेटिंगसाहेबांचा निराश स्वर मला चांगला ओळखू आला.

"का? कशासाठी चौकशी?"

"आम्हाला तुमची नवीन कादंबरी प्रकाशनासाठी हवी होती. पुढची लिहून होईल ती द्याल काय? आपण हो म्हणा, म्हणजे दहा हजार पौंड ॲडव्हान्स रॉयल्टी

म्हणून आजच्या आज पाठवतो.''

''सॉरी... माझा पुढचा तीन-चार पुस्तकांचा प्लॅन फिक्स आहे. असा शब्द तूर्त तरी देता येईल असे वाटत नाही.''

''मग काय, इलाजच खुंटला.''

''आय ॲम हेल्पलेस –'' मी फोन खाली ठेवला. पुन्हा लेखनिकाला पुढचा मजकूर सांगू लागलो,

''हं, तर काय सांगत होतो....''

''लाडके, माजा तुज्यावर किती जीव हाय म्हणून सांगू. तुज्यापाई मी घरदार सोडीन. विस्टेट सोडीन. फार काय, माझ्या आईलाबी सोडीन –''

एवढ्यात पुन्हा फोन वाजला. ही फोनची एक कटकटच आहे. तरी मी डिरेक्टरीमध्ये माझा नंबर मुद्दाम दिलेला नाही. लोक फार ताप देतात म्हणून. पण आपले लोकही असे हुशार. कुठूनतरी नंबर मिळवून फोन करतातच. काय करावे!

त्रासिकपणेच मी फोन उचलला.

''मीच बोलतोय.''

''मी हॉलिवूडमधून बोलतोय, जॉन कॉर्नर. आमची कॉर्नर ब्रदर्स चित्रपट संस्था फार प्रख्यात आहे. आपल्या कानावर आमचं नाव असेलच.''

''बरं, कृपा करून आपलं काम बोला पटकन. मला अजिबात वेळ नाही. प्लीज.''

''आपली प्रसिद्ध कादंबरी 'रामा, शिवा अँड गोविंदा' नुकतीच वाचून काढली. छान आहे.''

''बरं, पुढे?''

''त्यावर एक चित्रपट काढायचा आमचा विचार चाललाय. आपली परवानगी असेल तर –''

''माझा आर्थिक व्यवहार माझे सॉलिसिटर पाहतात. त्यांचा सल्ला मला घ्यावा लागेल.''

''पैशाची काळजी करू नका. आपण सुचवाल ती रक्कम. आपली गोष्ट मिळते आहे हेच आमचं भाग्य.''

''ठीक आहे. आपल्याला कळवतो नंतर.''

फोन खाली ठेवला. उरलेला मजकूर लेखनिकाला सांगून पूर्ण केला. तो निघून गेल्यावर माझे खासगी कार्यवाह आत आले.

''थोडा वेळ मोकळा आहे ना साहेब?''

''का बरं?'' मी जांभई देत म्हटले, ''नेहमीप्रमाणे वाचक वगैरे भेटायला आलेत की काय?''

"होय साहेब." कार्यवाह अदबीने म्हणाले, "कमीत कमी दहा लोकांना तरी भेटावंच लागेल. त्यात दोन सामान्य वाचक आहेत. एक प्राध्यापक टीकाकार आहेत. एक हिंदी आणि बंगाली लेखक आहे. उरलेले परदेशी पाहुणे आहेत."

"बापरे!..." मी आश्चर्याने उद्‌गारलो, "म्हणजे मी इतक्या लोकांशी बोलत बसू की काय? छे: छे:! इतका वेळ मला नाही हं."

"निदान दोन मिनिटं तरी मिळावीत अशी प्रत्येकाची विनंती आहे."

"ठीक आहे – माझा अगदी निरुपाय झाला!"

"द्या एकेकाला पाठवून."

त्यानंतरचा पुढचा माझा वेळ फार चमत्कारिक गेला. पहिले वाचक जे आत आले ते भला लठ्ठ हार घेऊनच. आता हार म्हटले की माझे अगदी डोके उठते हे तुम्हाला माहीतच आहे. पण करणार काय? लोकांची मने दुखविणे मला जमत नाही. मुकाट्याने हार गळ्यात घालून घ्यावा लागला.

ते वाचक नम्रपणे म्हणाले,

"तुमची कादंबरी लगेच वाचायला मिळावी म्हणून केव्हा नंबर लावला होता मी लायब्ररीत. कादंबरी प्रसिद्ध होण्यापूर्वी दोन वर्षं! पण प्रसिद्ध झाल्यानंतर दोन वर्षांनी माझा नंबर लागला. परवा वाचली. तरी शंभर शंभर प्रती घेतात हं लायब्ररीत. पण लोकांच्या उड्यांवर उड्या. पुस्तकाचं कव्हर नुसतं दिसायलाच कित्येक महिने लागतात."

"अरेरे!..." मला फारच वाईट वाटले. "इतकी तुमची गैरसोय झाली मला माहीत नव्हते. अहो, मला कळवायचं मग. माझ्या जवळची एखादी प्रत दिली असती मी."

"छे: छे:! भलतंच. आपली प्रत घेऊन जायची माझी योग्यता का काय? त्यापेक्षा असं करा –"

"बोला!"

"प्रत्येक कादंबरीची आवृत्ती तुम्ही दोन-तीन लाखांची काढता ना, त्याऐवजी पाच लाखांची काढा. म्हणजे आमच्यासारख्यांची फार सोय होईल. हल्ली स्कूटर लवकर मिळते हो; पण तुमच्या पुस्तकाचंच भारी कठीण झालंय."

"आमच्या प्रकाशकांना आपली ही सूचना कळवतो. शक्यतो या दिवाळीपूर्वी माझ्या पुस्तकाचा पुरवठा भरपूर वाढेल आणि दिवाळीत तुमची गैरसोय होणार नाही अशी काळजी आम्ही घेऊ."

आभार मानून ते गृहस्थ निघून गेले. मग एक सुस्वरूप, सुंदर युवती नमस्कार करून आत आली. माझ्या कपाळावर एकदम आठ्या पडल्या. या सुंदर चेहऱ्याच्या बायका वेळ एक फार खातात. भारी स्तुती करतात. आता स्तुतीला आपण कितीही

लायक असलो तरी सतत स्तुती... स्तुती... स्तुती म्हणजे माणसाला कंटाळा हा येणारच! मला तर अगदी नको नकोसे होऊन जाते. रोज असे वाचक भेटतातच. किती वेळ त्यांचे ऐकून घ्यायचे? माणसाच्या सहनशीलतेलाही काही मर्यादा आहे.

"बसा –'' मी निरुपायाने म्हटले. शेवटी सौजन्य, सुसंस्कृतपणा हा रक्तातच मुरलेला आहे. कोणाशीही फटकळपणाने वागणे आपल्याला जमत नाही.

ती सुंदर युवती माझ्यासमोरच्या खुर्चीवर नम्रपणे बसली. भाविकपणे माझ्या मुखाकडे पाहत राहिली. मी मुद्दामच दुर्लक्ष केले.

"बोला –''

"आपल्यापुढे आमच्यासारख्यांनी बोलायचं काय?'' ती मंजुळ आवाजात बोलली, "तुम्हाला प्रत्यक्ष पाहावं असं किती दिवस मनात होतं. आज माझी इच्छा पूर्ण झाली. मला इतका आनंद झालाय म्हणून सांगू!....''

"आभारी आहे.''

"तुमची पहिली कादंबरी वाचली मी. 'क्ष, यक्ष आणि राक्षस'. तेव्हापासून तुमचं एक पुस्तक सोडलं नाही मी. अगदी परवाची 'हडळीचे लग्न'सुद्धा वाचली. इतकं कसं सुंदर लिहिता हो तुम्ही?''

"मला ती सवयच आहे –'' मी नम्रतेने म्हटले.

"पण इतकं कसं हुबेहुब? माणसांची मनं इतकी कशी ओळखता तुम्ही? 'हडळीचे लग्न'मधील हिरॉईन माझ्यावरनं तर तुम्ही रंगवली नाही ना, असंही वाटलं वाचताना. कुठून शिकलात तुम्ही हे?''

"देणे ईश्वराचे.''

"किती छान उत्तर दिलंत! आहाहा! माझ्या आयुष्यात आजचा दिवस कुठल्याशा अक्षरांनी म्हणतात ना, तसा नोंदवून ठेवावा लागेल.''

बराच वेळ त्या बाईने बडबड केली. माझे काही तिकडे लक्ष नव्हते. रोज तेच तेच काय ऐकायचे? मी भराभर समोरच्या पत्रांचा फडशा पाडीत होतो. शेवटी तिने बरोबर आणलेली सुंदर फुले मला दिली.

त्या बाईला वाटेला लावल्यावर इतर मंडळी एकेक आत आली. हिंदी लेखकांचे म्हणणे असे होते की, मी एकदा हिंदी प्रांतात दौरा काढून साहित्यासंबंधीचे मौलिक विचार जनतेला ऐकवावेत. बंगाली लेखक मला कलकत्त्याचे आमंत्रण द्यायला आले होते. वंगभाषा संमेलनाचे माझ्या हस्ते उद्घाटन व्हावे, अशी त्यांची इच्छा होती. वेळेच्या अभावी या सर्वच गोष्टीला नकार देणे मला भाग होते. पण माझ्याकडून एक लेखी संदेश मिळाल्यावर ती मंडळी आनंदाने निघून गेली. मग उरलेल्या चार-पाच परदेशी पाहुण्यांना मी एकदमच आत बोलवले. त्यापैकी दोघे अमेरिकन, एक फ्रेंच, एक मध्यपूर्व आशियातील आणि एक टांगनिका प्रदेशातून

आलेला होता. या सर्वच भाषांत माझ्या कादंबरीची भाषांतरे झाली होती आणि अर्थातच त्यांनी ती वाचली होती. त्यामुळे त्यांना माझ्या भेटीची फार उत्सुकता होती. ती त्यांनी बोलूनही दाखवली. त्यांच्या बोलण्याचा मथितार्थ एवढाच होता की, माझ्या भाषांतरित कादंबऱ्यांनी त्यांच्या देशात अमाप लोकप्रियता मिळवली असून, तेथील कादंबरीकारांवर माझ्या लेखनाचा फारच प्रभाव पडला आहे. किंबहुना माझे नाना तऱ्हेने अनुकरण करण्याचा प्रयत्न तेथे चालला आहे. पण मी तो मीच. माझी उंची (किंवा खोली) गाठणे कुणालाही जमलेले नाही.

वाचकांच्या भेटीगाठी संपल्यावर मी पत्रव्यवहाराकडे वळलो. पत्रव्यवहार भराभर संपविण्याचे माझे एक तंत्र आहे. नुसती स्तुतीची पत्रे असली की, त्यावर मी 'क्रमांक एक' असा आकडा घालतो. मग माझा कार्यवाह त्यांना आभाराची छापील पत्रे पाठवतो. 'दोन' असा आकडा घातलेली पत्रे प्रतिकूल टीका करणारी असतात. ती टीकाकाराकडे पाठवली जातात आणि टीकाकारच त्यांना परस्पर उत्तरे देतात. मला काहीच करावे लागत नाही. पण अशी पत्रे फार थोडी. 'तीन' क्रमांकाची पत्रे म्हणजे सत्काराची, व्याख्यानाची निमंत्रणे. ती नाकारण्यासाठी माझी वेगळी छापील पत्रे आहेत. चार क्रमांकाची पत्रे म्हणजे मात्र 'बिझीनेस'ची असतात. त्यांना मी थोडक्यात उत्तरे पाठवतो. काही पत्रे मदतीची याचना करणारी असतात. माझा स्वत:चा एक 'पुअर रायटर्स फंड'च आहे. त्यातून काही जणांना मी मदत करतो. माझ्या स्वाक्षरी देण्यातून जे पैसे मला मिळतात त्यातून हा निधी मी केलेला आहे. स्वाक्षरी पाच रुपये आणि संदेशासह दहा रुपये असा माझा दरच आहे. असो.

हे सगळे झाल्यावर दुसरा लेखनिक आत आला. त्याला मी नव्या नाटकाचा मजकूर सांगितला. तोपर्यंत साडेबारा वाजलेच. मग जेवण आटोपून मी अंमळ विश्रांती घेतली. मग काही वेळ वाचन आणि लेखन. अर्धा तास निरनिराळ्या लोकांना स्वाक्षरी देण्यात गेला.

संध्याकाळी माझे एका व्याख्यानमालेत 'शासन आणि साहित्य' या विषयावर सुश्राव्य व्याख्यान होते. माझी व्याख्याने नेहमीच तिकीट लावून असतात आणि तरीही शेकडो लोकांना निराश होऊन जावे लागते. हे तुम्हाला माहीत आहेच. त्यातून आजचा विषय खळबळजनक होता. त्यामुळे व्याख्यानासाठी प्रचंड गर्दी होणार हे उघड होते. लोकांची अडचण ध्यानात घेऊन व्याख्यान टीव्हीवर त्याच वेळी दाखवण्यात आणि ऐकवण्यातही यावे असे मला सुचवण्यात आले होते. केवळ लोकांची गैरसोय होऊ नये, म्हणून मी ते मान्य केले होते. पण या भाषणाची आम्ही फिल्महीं घेणार असा मनोदय काहींनी व्यक्त केल्यावर मात्र मी संतापलो. फिल्म आणि टीव्ही म्हटल्यावर प्रकाशाचे प्रखर झोत आणि यंत्राची सतत घरघर. व्याख्यानाकडे लक्ष द्यायचे माणसाने, की या प्रखर झोताकडे?

साफ झिडकारून लावले त्या लोकांना. तेव्हा बिचारे हिरमुसले होऊन निघून गेले. पण मी तरी काय करणार? सिंपली इम्पॉसिबल!

व्याख्यानासाठी पोशाख वगैरे करून मी तयार झालो. एवढ्यात एक वरिष्ठ पोलीस अधिकारी भेटायला आले. मला अभिवादन करून म्हणाले,

"साहेब, आपला गैरसमज होणार नसेल तर माझी एक विनंती आहे. करू काय?"

"अवश्य."

"आपला आजचा विषय 'शासन आणि साहित्य' हा आहे. आपण शासनाविरुद्ध टीका करणारच –"

"अर्थात." मी ठासून म्हटले.

"आपला तो अधिकारच आहे. पण शासनाची आपल्याला विनंती एवढीच आहे की, आपण ही टीका जरा संयमाने करावी. नाहीतर आपल्या टीकेमुळे जनसंमर्द क्षुब्ध झाला आणि त्याने दंगा सुरू केला तर तो आवरायला आमच्याजवळ पुरेसे पोलीससुद्धा नाहीत. सबंध मंत्रिमंडळाचं अस्तित्व यामुळे धोक्यात –"

"आलं लक्षात. मी आपली सूचना लक्षात ठेवेन."

"थँक्यू. आपले फार उपकार झाले." असे म्हणून ते वरिष्ठ अधिकारी निघून गेले.

व्याख्यान फार जोरदार झाले. सारखा हशा आणि टाळ्या यांचा गजर होत होता. मी शासनावर कडक टीका केली असती तर प्रसंग कठीण होता ही गोष्ट खरीच; पण मी शब्द दिला होता. त्यामुळे पुष्कळच संयम राखून मला बोलावे लागले.

■

व्याख्यान संपल्यावर अफाट गर्दीतून वाट काढणे किती त्रासाचे असते नाही? रात्री पुन्हा मुलाखती, भेटीगाठी. झोपायला अकरा वाजले.

रात्री अगदी झोपायच्या वेळी पुन्हा फोन. मी अगदी त्रासूनच फोन हाती घेतला.

"कोण बुवा?"

"मी पीटर पॅट, स्टॉकहोमहून बोलतोय. नोबेल पारितोषिकासाठी लवकरच मीटिंग भरणार आहे इथं."

"बरं मग?"

"आपल्या नावाची शिफारस करू का? मला फार आनंद होईल."

"कोणत्या पारितोषिकासाठी? साहित्याबद्दल की शांतता ठेवण्याबद्दल?"

"जे आपण म्हणाल ते." स्टॉकहोममधून मला आवाजात नम्रता जाणवली.

"तसे करू नका. त्या पारितोषिकाची रक्कम ती किती? ती दुसऱ्या कुणाला

मिळाली तर त्याचं दारिद्र्य दूर होईल बिचाऱ्याचं. ही संधी हिरावून घेणं मला बरं वाटत नाही. आपण योग्य अशा दुसऱ्या व्यक्तीची निवड करा. तेच ठीक होईल.''

''जशी आपली मर्जी.''

''अच्छा, गुड नाईट.''

फोन बंद करून मी अंथरुणावर अंग टाकले. उद्या सकाळपासून पुन्हा हा कार्यक्रम सुरू. देवा देवा, हे संपणार तरी कधी? 'जया अंगी मोठेपण तया यातना कठीण' हेच खरे!

■

या गोड तंद्रीतून मी जागा होतो तो बहुधा बायकोच्या ठणठणीत आवाजामुळे.

''अहो, दुधाचे शंभर रुपये आज द्यायचेत हं. नाहीतर, उद्यापासून दूध बंद करेन म्हणतोय दुधवाला.''

''अगं त्याला सांग, म्हणावं पगार झाल्यावर देतोच.''

''अजिबात ऐकायला तयार नाही तो.''

''असं? मग कुठल्यातरी प्रकाशकाकडनं घेऊन येतो मी.'' मी डोक्याला टोपी घालून पायात चपला सरकवतो.

''मिळतील का पण?''

''जरा करायची गयावया. बहुतेक मिळतील मग.'' एवढे बोलून मी सायकलवर टांग मारतो आणि घाईघाईने माझ्या प्रकाशकाकडे जायला निघतो.

✱

आम्ही स्टेट गेस्ट

'गाणारा मुलुख' या माझ्या छोट्या बालनाट्याला एकदा सरकारी बक्षीस मिळाले. त्यानंतर आमचे एक साहित्यिक मित्र भेटायला आले. माझे अभिनंदन करून नंतर चहा उपटणे हा त्यांचा हेतू उघड दिसत होता.

चहाचे घुटके घेत ते म्हणाले, ''आता पूर्वीसारखं राहिलेलं नाही महाराज. मुंबईला थाटाचा समारंभ करून ही पारितोषिकं देतात. चंदनाचा हार गळ्यात घालतात. शिवाय प्रशस्तिपत्रक, पदक वगैरे –''

या सगळ्या गोष्टींची मला ऐकून थोडीफार माहिती होती. पण आता ती ऐकण्यात जरा विशेष आनंद होता. म्हणून मी म्हटले,

''आणखी काय?''

''लेखक पतिपत्नींना दोघांनाही बोलवितात; फर्स्ट क्लासचं भाडं देऊन, शिवाय तीन दिवस उत्तम हॉटेलमध्ये तुमची बडदास्त ठेवतात. तिथली व्यवस्था इतकी उत्तम असते की, आता पुन्हा बक्षीस नाही मिळालं तरी चालेल असं वाटायला लागतं.''

''खरं?''

''मुळीच अतिशयोक्ती नाही. पाडव्याला समारंभ होतो. त्या समारंभानंतर मुंबई मराठी साहित्य संघाचे लेखकांना प्रीतिभोजन. खास मराठी पद्धतीनं. शेवटच्या दिवशी मुंबईच्या जवळपास कोठेतरी सहल वगैरे. अरे तुम्ही जाच. मजा येईल.''

आमचे हे मित्र ऐकीव वर्णन करीत नव्हते. ते स्वत: पारितोषिक मिळवलेले आणि हा समारंभ उपभोगून आलेले लेखक. ते खरं सांगत होते यात शंकाच नव्हती.

मला पंधरा-वीस वर्षांपूर्वीचे दिवस आठवले. ही योजना नुकतीच सुरू झाली होती. माझ्या पहिल्याच पुस्तकाला 'उत्तेजनार्थ' तीनशे रुपयांचे बक्षीस मिळाले होते. त्या वेळी तीनशे रुपयेही मोठे होते. निकाल जाहीर झाल्यावर सरकारी पिवळ्या लिफाफ्यातील पत्र आले, 'सेंट्रल बिल्डिंगमधील शिक्षण खात्यात दि. ३१ मार्च रोजी संध्याकाळी पाच वाजता येऊन बक्षिसाची रक्कम घेऊन जावी.' मग काय?

बरोबर साडेचार वाजता मोठ्या चपळाईने आम्ही सेंट्रल बिल्डिंगचा वरचा मजला गाठला. तेथे कशाचाच पत्ता नव्हता. कुणीतरी म्हणाले, "थांबा थोडा वेळ. अजून ट्रेझरीतून पैसे येताहेत." इतरही चार-दोन छोटेमोठे लेखक सोबत होतेच. बाहेर व्हरांड्यामध्ये बराच वेळ ताटकळलो. शेवटी सहा वाजण्याच्या सुमाराला एकेकाला बोलावणे आले. माझे नाव पुकारल्यावर मी चोरासारखा दबकत आत गेलो. दोन निरनिराळ्या टेबलांवर निरनिराळी मंडळी गंभीर मुद्रा धारण करून बसली होती. एका टेबलाशी उभा राहून मी पावतीवर सही केली. मग दुसऱ्या टेबलाशी गेलो. तेथे नोटा मोजण्याचे आणि देण्याचे जबाबदारीचे काम चालले होते. कारकुनाने तीन नोटा मोजून दिल्या, ट्रेझरी क्लार्कने तगाईची रक्कम अदा करावी त्याप्रमाणे. मी त्या खिशात घातल्या आणि पुन्हा चोरासारखा बाहेर पडलो. (तरी बरे ओळख वगैरे मागितली नाही! ती मागितली असती तर पंचाईत झाली असती.)

त्यानंतर दोनदा बक्षीसे मिळाली. पण त्या वेळी मी पुण्यातच नसल्याने हा योग पुन्हा आला नाही. शासनाने पोस्टाने चेक पाठवून दिला. आम्ही तो खात्यात भरला, इतकेच! यापलीकडे त्याची आठवण आता राहिलेली नाही. हा समारंभ वगैरे प्रकरण अलीकडच्या काही वर्षांतले. मधुकरराव चौधरी शिक्षणमंत्री झाल्यानंतरचे. लेखकांना इतक्या सन्मानपूर्वक पारितोषिक देण्यात येते, ही गोष्ट कर्णोपकर्णी कळलेलीच फक्त. कारण या पाच-सहा वर्षांत फारसे लिहिलेच नाही. जे लिहिले त्याला बक्षीस मिळाले नाही.

■

त्यामुळे यंदा पारितोषिक मिळाले याचा आनंद विशेष वाटला. रक्कम तशी फारशी मोठी नव्हती. पण ती गोष्ट माझ्या दृष्टीने महत्त्वाची नव्हती. या मंगल साहित्य सोहळ्यात यंदा आपण सहभागी होणार या कल्पनेनेच मनाला गुदगुल्या होत होत्या. बक्षीस मिळालेले लेखक-मित्र वारंवार या गुदगुल्यांत भर टाकीत होते. त्यानंतर शासनाचे अपेक्षेप्रमाणे पत्र आले. माझे अभिनंदन, याशिवाय पाडव्याच्या दिवशी होणाऱ्या या समारंभाचे निमंत्रण. दोघांचे जाण्याचे, येण्याचे फर्स्टचे भाडे. तीन दिवसाचा मुक्काम, शासनातर्फे सोय हवी का बाहेर उतरणार, शाकाहारी का मांसाहारी ही चौकशी, कोणत्या गाडीने निघणार वगैरे... वगैरे. एखाद्या बालवीराच्या उत्साहाने मी त्याच दिवशी उत्तर पाठवून दिले.

उत्तर पाठविताना दुसरे एक पारितोषिक विजेते दोस्त उपस्थित होते. ते म्हणाले, "नातेवाइकांकडे काय आपण एरवी उतरतोच. शासनाची व्यवस्था उत्तम असते. तू तसंच लिही. दोन-तीन दिवस आनंदात काढू."

"तसंच लिहिलं आहे –" अंगावर उठलेले रोमांच त्याला दिसू न देण्याचा प्रयत्न करीत मी नम्रपणे म्हटले.

"बहुधा आपल्याला ग्रँड हॉटेलमध्ये उतरवतील. गेल्या वर्षी आमची सोय तिथंच केली होती. फार उत्तम हॉटेल. व्यवस्था चांगली. जेवण फर्स्ट क्लास."

"पण रोजचे कपडे आपणच धुवायचे ना?"

"तीही व्यवस्था आहे. बिल जास्त येतं. पण तोही खर्च आपला नव्हे."

"मग?"

"महाराष्ट्र शासनाचा."

"मग हरकत नाही."

पाडव्याच्या आदल्या दिवशी डेक्कन क्वीनने आम्ही निघालो. या गाडीत बहुधा पुण्यातील सगळे पारितोषिक विजेते भेटतील अशी कल्पना होती. पण दोघातिघांशिवाय कुणी नव्हते. त्यामुळे गप्पांत फारसा वेळ घालविता आला नाही. बोरीबंदरला गाडीतून उतरल्यावर दूरध्वनिक्षेपकांतून निवेदन ऐकू आले –

"राज्य पारितोषिक मिळवलेल्या साहित्यिकांनी प्लॅटफॉर्म क्र. १० व ११ यांच्या दरम्यान थांबावे."

घोषणा ऐकत ऐकत तिकिटे देऊन बाहेर पडलो. आसपास पाहिले तो बाजूला ओळखीच्या लोकांचा एक घोळका उभा असलेला दिसला. कुणीतरी ओरडून म्हणाले, "अहो, या इकडं या." मग समोर पाहिले तर सरकारी शिपाई दोन्ही हातांत एक लहान पाटी घेऊन उभा होता. त्या पाटीवर लिहिले होते 'राज्य पारितोषिक मिळवलेल्या साहित्यिकांनी येथे थांबावे.'

पाटी अगदीच लहान. लांबून पाहणाऱ्याला काहीच कळण्यासारखे नव्हते. 'मी मुका आहे. मला मदत करा' अशी पाटी घेऊन काही जण उभे असतात ना, तसे काहीसे दिसत होते. बरे झाले, आपण पाटीच्या समोरून आलो! पाठीमागून आलो असतो, तर पाटी दिसलीच नसती. स्वत:ला शाबसकी देत आम्ही सामान उचलले. घोळक्यात सामील झालो. शिक्षणखात्याच्या अधिकाऱ्यांनी आमचे स्वागत केले. कुणीतरी उत्सुकतेने विचारले, "काय निघायचं ना? कुठलं हॉटेल?"

"हॉटेल नाही. एम.एल.ए. क्वार्टर्समध्ये जायचं. तिथंच सोय केलीय सगळ्यांची." अधिकाऱ्यांनी सौजन्यपूर्वक माहिती दिली.

"आमदार निवास म्हटल्यावर काही साहित्यिकांचे चेहरे खर्रकन उतरले. 'आमदार निवास' ही काय चीज आहे हे त्यांना चांगलेच ठाऊक असावे. अनेक वर्षांपूर्वी मी एकदा या प्रख्यात सरकारी निवासात उतरलो होतो. पण त्या वेळचे फारसे आठवत नव्हते. सबंध दिवस कार्यक्रमानिमित्त बाहेरच जायचा. जेवणही बाहेरच असे. त्यामुळे तिथल्या सोयी-गैरसोयी लक्षात नव्हत्या. नाही म्हणायला तिथल्या कँटीनमधले जेवण फारसे चांगले नसते एवढेच ऐकलेले होते. अनेकवेळा पारितोषिक घेऊन या विषयात जाणकार झालेले एक साहित्यिक मित्र माझ्याजवळ

येऊन खासगी आवाजात म्हणाले,

"निकाल लागला. आता वाजवा."

शेवटचे शब्द उच्चारताना त्यांनी हाताचा योग्य तो उपयोगही केला.

मी बिचारी माणसाची मुद्रा धारण करून म्हटले,

"पाहू या तर खरं! कदाचित तिथली व्यवस्थाही काही वाईट नसेल."

"पण ग्रँड हॉटेलची मजा गेली."

अधिकाऱ्यांनी आम्हाला सामानाला हात लावू दिला नाही. शिपायांनी सगळे सामान उचलून गाडीत ठेवले. आम्ही ऐटीत गाडीत बसलो. पाच मिनिटांच्या आत आमदार निवासाच्या प्रवेशद्वारापाशी थांबलो. आत प्रवेश केल्याबरोबर शिक्षण खात्याच्या मंडळींनी पुन्हा एकदा स्वागत केले. डाव्या बाजूला पुन्हा एकदा तसलीच पाटी आणि टेबलखुर्ची. तेथे खात्याची मंडळी कागदपत्र घेऊन काम करीत बसलेली. एक अधिकारी थोडे ओळखीचे निघाले. त्यांच्याशी गप्पा मारीत थांबलो. मग खोलीसाठी अर्ज, त्यावर सही. 'केव्हा आलात, केव्हा जाणार...' सगळं लिहून दिल्यावर खोलीची चावी मिळाली. आमचे सामान उचलावयास शिपायाला सांगून ते ओळखीचे अधिकारी म्हणाले,

"आता आराम करा साहेब खोलीत जाऊन. अन् काही लागलं-सवरलंच ना, तर इथल्या नोकरमाणसांकडून करून घ्या. जरा आरडाओरडा करायचा. काय?"

"ठीक आहे."

असे म्हणून मी आणि माझी पत्नी शिपायासहवर्तमान पहिल्या मजल्यावरील खोलीपाशी दाखल झालो. किल्ली लावून खोली उघडण्याचा अवकाश, बाहेरची दोन-तीन मंडळी एकदम आत घुसली. त्यांच्यापैकी एकाने कॉटवर चढून खिडकीचा पडदा, त्याची सळई सगळेच भराभर काढून घेतले. मग तितक्याच गडबडीने ते नाहीसे झाले.

खोलीत आम्ही नजर टाकली. सर्वत्र धूळ आणि केर. कपाटे सरकवलेली. प्रत्येक टेबलावर कसलीतरी रद्दी, दोन्ही कॉटच्या गाद्यांवरील चादरी आणि उशांचे अभ्रे अत्यंत घाणेरडे. शिपायाने सांगितले की, "विधानसभेचे अधिवेशन दोनच दिवसांपूर्वी संपले. त्यामुळेही ही अव्यवस्था आहे."

"हे आमदार लोक लई घाण करत्यात साहेब." तो म्हणाला. मग त्याने बाहेर जाऊन एका गड्याला धरून आणले आणि खोली साफ करायला सांगितली.

खोली साफ होऊन खुर्चीवर टेकायला बारा वाजले. चादरी बदलून टाकणे शक्यच नव्हते. सामान ठेवून नाश्त्याला खाली या अशी सूचना होती. नाश्ता बारा वाजता कसला? त्याऐवजी सरळ जेवणच करावे असा विचार करून कपडे बदलले. पत्नी तोंड धुण्यासाठी आत गेली. मग घाबऱ्या घाबऱ्या बाहेर येऊन

म्हणाली,

"अहो, बाथरूमला आतून कडीच नाही!"

"असं? मग बाहेरचा मोठा दरवाजा लावून घ्यायचा."

"अन् गीझरची तोटी फिरवली की शॉवरमधून पाणी येतंय. हे बघा."

शॉवरमधून आलेले आगंतुक पाणी तिच्या अंगा-खांद्यावरून ओघळत होते. मी शांतपणे तिला समजावून सांगितले, "ते बघू मागाहून. आता चटदिशी कपडे बदलून जेवायला चल. तुला गीझर चालू करायचा का? मग शॉवरची तोटी फिरव."

"तसलं नाही मला जमत."

एवढ्यात सराईत लेखक-मित्र आपल्या सौ.सह आले. त्यांनी गीझर चालू करण्याचा प्रयत्न केला तेव्हा त्यांच्यावरही शॉवरचा वर्षाव झाला. मोठ्या चपळाईने ते थोडक्यात निसटले. मग सर्वांनाच उद्देशून ते म्हणाले,

"ही सरकारी इमारत आहे हे लक्षात ठेवायचं. आपल्या सरकारचा कारभार कसा चालतो हे माहीत आहे ना? मग झालं तर! आता जेवायला चला खाली."

सगळे मिळून जेवायला खाली गेलो. आम्ही येण्यापूर्वी तिथं एक नाट्यपूर्ण प्रसंग घडला होता. जेवण चांगले नव्हते. सर्व्हिसही वाईट होती. त्यामुळे नागपूरहून आलेले एक वृद्ध साहित्यिक इतके भडकले होते की, त्यांनी ताटातली वाटीच भिरकावून दिली होती. आम्ही खाली गेलो तेव्हा ते रागावलेले गृहस्थ शिक्षणखात्याच्या मंडळींशी संतापून बोलत होते.

"आम्ही काय भिक्षेकरी आहोत, कसलंही अन्न मुकाट्याने खायला? काय समजताहेत हे लोक आम्हाला?"

शिक्षणखात्याने या कामावर नेमलेली माणसं काय बोलणार? ती सारखी त्यांना समजावून सांगण्याचा प्रयत्न करीत होती आणि ते पुन्हापुन्हा उसळत होते.

"छे छे! आता इथलं पाणीसुद्धा पिणार नाही मी."

आम्हीही खात्याच्या मदतीला धावलो. त्या गृहस्थांना शांत करण्याचा प्रयत्न केला. 'वरिष्ठ अधिकारी आले की, जेवणाची व्यवस्था बदलून घेऊ' म्हणून सांगितले. पण तरीही त्यांचा राग कमी झालेला दिसला नाही. त्या रागातच ते केव्हातरी आपल्या खोलीत गेले. साडेबारा वाजून गेले होते. तेव्हा वाद न करता तूर्त इथेच जेवावे असे ठरवले आणि सगळ्यांनी जेवून घेतले. अन्न एकजात बेचव होते. एका पदार्थाचा एक घास खाल्ला तर दुसरा घेण्याची इच्छा नव्हती. पुऱ्या पापडासारख्या कडक. तंदूर रोटी हत्तीला देतात त्या रोटीसारखी. भाजी अळणी, बेचव आणि गिळगिळीत. 'स्वीट डीश' म्हणून मुगाच्या डाळीची खीर (हे देखील बायकोने सांगितले म्हणून कळले.) एकाच वेळेला सगळे पदार्थ बिघडविणे यांना

जमते तरी कसे, याचे आश्चर्य करीत आम्ही उठलो आणि हात धुतले. शिक्षण खात्याच्या सेवकांना बजावले,

"एकदा जेवलो ते जेवलो. पुन्हा हे धाडस करणं शक्य नाही. कृपा करून ही व्यवस्था बदला."

वर जाऊन पाहतो तो खिडकीचा पडदा काढून नेलेला तसाच. गाद्यांवरच्या चादरी तशाच. उशाचे घाण अभ्रे तेच. आम्ही आरडा-ओरडा केल्यावर एकजण आला आणि चादरी, अभ्रे काढून निघून गेला. स्वच्छ चादरी घेऊन ही स्वारी आता येईल, मग येईल म्हणून आम्ही खुर्चीतच बसून राहिलो. दुपारचे तीन वाजले. अंग चांगलेच ताठले. आता आहे या गाद्यांवरच पडावे असा विचार केला. पण 'फिरून यत्न करून पाहा' हा सुविचार आठवला आणि पुन्हा धावपळ केली. आरडाओरडा केला. आसपास भटकणाऱ्या एका सेवकाला अक्षरश: धरून आणले तेव्हा कुठे धुतलेल्या चादरी आल्या. अभ्रे आले. आता गादीवर पडणार एवढ्यात पुन्हा दोन-तीन मिस्त्रीसारखे दिसणारे लोक आत घुसले. त्यांनी काढून नेलेला पडद्याचा बार बसवला. पुन्हा काढला, पुन्हा बसवला. हत्याराने ठोकाठोकी केली आणि अखेर चार-साडेचारच्या सुमारास नवा पडदा लावून ते अंतर्धान पावले. उकाडा, चिकचिक आणि पंख्याची घरघर यांनी डोके फिरून गेले. तहान लागली म्हणून व्हरांड्यातील डेरा पाहिला. तीन दिवसांपूर्वीच्या आमदारांचे ते पाणी होते. ते बदलून घेण्यात आणखी वेळ गेला. एकूण झोप आणि विश्रांती हे कलम बादच झाले.

संध्याकाळी खात्यातले ओळखीचे अधिकारी भेटले. त्यांना मी नम्रतेने म्हटले, "आम्ही आता इथं राहिलोच आहोत, फक्त जेवायची व्यवस्था तरी बाहेर करा. हे जेवण अगदी वाईट आहे."

"छे: छे:!" ते मान हलवून आत्मविश्वासाने म्हणाले, "समजली मला सगळी हकीगत. मी कँटीनच्या मालकाला चांगला दम भरून आलो आहे. तुम्ही काही काळजी करू नका. आता रात्रीच्या जेवणात तुम्हाला फरक दिसतो की नाही पाहा. अन् उद्या तर स्पेशल फिस्ट आहे. श्रीखंड फस्कलासपैकी, बाहेर जेवून कसं चालेल?"

कपाळाला हात लावून आम्ही बाहेर पडलो. खोलीत भयानक उकडत होते. अंगातून घामाच्या धारा वाहत होत्या. सगळे अंग चिकचिकत होते, म्हणून निरुपायाने बराच वेळ बाहेर हिंडून आलो.

रात्री पुन्हा तसलेच जेवण. थोडी सुधारणा. पुरीची जाडी एक दोरीने कमी. ग्लास भरून ताक. एखादी भाजी तिखटमीठ असलेली. साबुदाण्याच्या खिरीची स्वीट डिश. नागपूरकर वृद्ध साहित्यिकाच्या खुर्चीमागे दोन सेवक उभे.

त्यानंतर दुसऱ्या दिवशी मुख्य समारंभाची वेळ होईपर्यंत आमचा वेळ फारच

चिंताग्रस्त अवस्थेत गेला. रात्री उकाड्यामुळे झोप आलीच नाही. पण चादरीच्या वरच्या भागावर आपण असलो तरी खालच्या भागात ढेकूण आहेत याचा नव्यानेच पत्ता लागला. आमची आमदार मंडळी येथे कसे काय दिवस काढीत असतील याचे आश्चर्य करीत आम्ही बरीचशी रात्र जागून काढली. (रात्री नरिमन पॉइंटजवळच्या समुद्रकिनाऱ्याने केलेला हवेशीर फेरफटका एवढाच त्यातला विरंगुळा.) दुसऱ्या दिवशी सकाळी गीझर सुरू केला तेव्हा शॉवरचा प्रसाद मलाही मिळाला. मग एकदा गार पाणीच येत राहिले. नंतर नुसता धूर येऊ लागला. झाडूवाला आलाच नाही. प्यायचे पाणी दुपारी मिळाले. या किरकोळ गोष्टी सोडल्या तर घाबरून जावे असे नवीन काही घडले नाही. पाडवा म्हणून जेवणाचा बेत विशेष होता. तथापि पोटातला धसका मात्र कायम होता. जेवणाची टेबले चांगलीच सजवली होती. शिक्षण संचालनालयातील काही वरिष्ठ अधिकारी जातीने उपस्थित होते. त्यांचे सौजन्य वाखाणण्यासारखे होते. नागपूरच्या वृद्ध साहित्यिकांच्या दोन्ही बाजूंस दोन सेवक तत्परतेने उभे होते. श्रीखंड नावाचे पक्वान्न (जांभळ्या रंगाचे) जेवणात होते. ते चांगले नव्हते. पण वाईटही नव्हते. इतर पदार्थ तुलनेने बरे होते. अधिकारी मंडळी अगत्याने आग्रह करीत होती. अन्न बेचव नव्हते इतकेच. पण सुग्रासपणाचा वास त्याला नव्हताच. अधिकाऱ्यांनी 'वदनी कवळ घेता' अशी स्वत:च सुरुवात केली. त्यामुळे आम्हीही 'अन्न हे पूर्णब्रह्म'पर्यंत सबंध श्लोक मोठ्यांदा म्हटला. मग जेवण आटोपून आम्ही आपापल्या खोल्यांत गेलो. संध्याकाळी साडेपाच वाजता समारंभ सुरू व्हायचा होता. चांगले कपडे घालून पावणेपाचलाच आम्ही ठरल्याप्रमाणे खाली चहाला जमलो. सगळ्यांच्या बायका नटलेल्या होत्या. चहा झाल्यावर एक अधिकारी सर्वांना उद्देशून म्हणाले,

"आता गाडी येईल, बरोबर पाचला निघू अजून वेळ आहे. कपडे वगैरे बदलून यायला हरकत नाही."

हताश होऊन मी त्यांना म्हणालो, "म्हणजे? आम्ही कपडे बदलूनच खाली आलो आहोत! तुमच्या लक्षात नाही आलं?"

ते अधिकारी हसले आणि गप्प बसले. आम्ही एकमेकांच्या कपड्यांकडे निरखून पाहत उरलेला वेळ काढला.

■

समारंभ सुरू होण्यापूर्वी चहापान होते. बहुतेक सर्व मंडळींची गाठभेट झाली. गप्पागोष्टी रंगल्या. एवढ्यात शिक्षणमंत्री नामजोशी आले. ते कुणाशी तरी बोलत उभे राहिले. ("पूर्वी असं नव्हतं. मधुकरराव जातीनं सगळ्यांची ओळख करून घेत. विचारपूस करीत." एक सराईत साहित्यिक म्हणाले. हे मित्र एकसारखी तुलना करून आम्हाला खिजवीत होते. त्यामुळे आम्हाला जास्त त्रास होत होता.)

सिडनहॅम कॉलेजच्या सभागृहात गर्दी बरी झाली होती. मुख्यमंत्री येण्याच्या आत सर्वांनी स्थानापन्न व्हावे यासाठी अधिकाऱ्यांची धावपळ चालू होती. पारितोषिकवाल्यांना नंबरवार बसविण्याचे त्यांचे प्रयत्नही लक्षात घेण्याजोगे होते. व्यासपीठ अगदीच वाईट नव्हते. पण फारशी कलाकुसरही दिसत नव्हती. (''जे. जे. स्कूलमध्ये समारंभ झाला त्या वेळचं डेकोरेशन काय मार्व्हलस होतं!''– इति सराईत मित्र.) बाहेर बक्षिसे मिळालेल्या पुस्तकांचे प्रदर्शन होते. मुख्यमंत्री आल्याबरोबर आत समारंभ सुरू झाला.

शिक्षणमंत्र्यांनी सगळ्यांचे स्वागत करून एक लिहिलेले भाषण वाचले. त्यातील बक्षिसपात्र पुस्तकांचे उल्लेख शाळकरी निबंधाच्या पद्धतीचे होते. त्यात कसलीही चमक नव्हती. एकेकाला पुकारून त्यांना मुख्यमंत्र्यांनी चंदनी फुलांचा हार घातला आणि प्रशस्तिपत्रक, पदक, बक्षिसाच्या रकमेचा चेक इत्यादी साहित्य असलेला ट्रे प्रत्येकाला दिला. (''यंदाच्या वर्षी ट्रे लहान दिलाय बरं का! आम्हाला मिळालेला ट्रे मोठा होता,''– इति तोच तो.) ट्रेवरून आठवलं. कुणीतरी नंतर मला सांगितलं, ''पहिल्यांदा ट्रे देण्याची पद्धत नव्हतीच मुळी. एका ट्रेमध्ये या सगळ्या वस्तू घालून लेखकापुढे करायच्या आणि लेखकानं त्या उचलून घ्यायच्या अशी योजना होती. पण गंमत काय झाली, त्या वर्षी ट्रे पुढे केल्यावर पहिल्या लेखकानं सबंध ट्रे उचलला आणि तो घेऊन, तो आपल्या जागेवर जाऊन बसला. अधिकारी त्याच्याकडे बघतच राहिले. मग पुढच्या वर्षापासून या वस्तू ठेवलेला प्रत्येकाचा स्वतंत्र ट्रे देण्याची प्रथा सुरू झाली.''

पारितोषिके देण्यापूर्वी परीक्षक मंडळाच्या अध्यक्षांचे भाषण असते. यावर्षी प्रा. वा. ल. कुळकर्णी अध्यक्ष होते. त्यांनी काही पुस्तकांचा उल्लेख केला, पण पाच मिनिटांपेक्षा अधिक वेळ ते बोलूच शकले नाहीत. कारण मुख्यमंत्र्यांना वेळ नव्हता. सगळा समारंभ एका तासात आटोपून त्यांना दुसऱ्या एका समारंभाला जायचे होते. त्यामुळे सगळ्या समारंभात एक प्रकारचा निर्जीवपणा होता. नाही म्हणायला ऐनवेळी पारितोषिक घेण्याचे नाकारून श्री. रत्नाकर मतकरी यांनी थोडेसे चैतन्य आणले. काही साहित्यिक अगदीच सुसंस्कृत निघाले. मुख्यमंत्र्यांनी चंदनी हार पुढे करायचा अवकाश, त्यांनी तो स्वत:ला घालू काही दिला नाही. हार हातातच घेऊन ट्रे मिळाल्याबरोबर नमस्कार ठोकून त्यांनी घाईघाईने व्यासपीठ सोडले. (मला मात्र ते सुचले नाही. त्यांनी हार घातला आणि मी तो स्वीकारला. मागाहून थोडी चुटपुट लागली. पण सराईत मित्रांनी पाठ थोपटली, ''छान, रोज आपण मंत्र्यांना हार घालीत असतो. कधी नव्हे ते एक दिवस आपल्याला घालताहेत, मग अनमान का?'')

श्री. वा. ल. कुळकर्णी यांनी विनोद लेखनासाठी स्वतंत्र पारितोषिक असावे अशी सूचना भाषणात केली. ती मला विशेष आवडली आणि मुख्यमंत्र्यांनी त्या

सूचनेला आपला पाठिंबा दर्शवला, तेव्हा तर कुणालाही कळणार नाही अशा बेताने मी टाळ्याही वाजविल्या. शिक्षण खात्याच्या उपमंत्री श्रीमती प्रभा राव यांनी आभार मानले. भाषण कसे करू नये याचा तो आदर्श पाठ वाटला. शिक्षणमंत्री, उपमंत्री या सर्वांचीच मुख्यमंत्र्यांची स्तुती करण्याची जी धडपड चालू होती ती कुणालाच फारशी आवडण्यासारखी नव्हती. ''मुख्यमंत्र्यांचे जीवन हे एक साहित्य आहे.'' असे बोलून बाईंनी बाऊंडरीच मारली. त्यांना काय म्हणायचे होते देव जाणे! (माझ्या शेजारी संभाषण चालू होते. एकाने विचारले, ''सचिवालयातील मेहूण म्हणून महाराष्ट्र टाईम्समध्ये अग्रलेख आला होता. त्या याच बाई का?'' दुसरे उत्तरले, ''याच त्या. या राव आणि त्यांचे मिस्टर अरेराव.'')

समारंभ संपला. नंतर जुने-नवे खूप मित्र भेटले. त्यांच्याशी केलेल्या गप्पागोष्टींनी सगळा शीण गेला. रात्री पुन्हा बेचव जेवण, उकाडा, ढेकूण. सारे काही जसेच्या तसे.

तिसऱ्या दिवशी मात्र आम्ही शासनाची चांगलीच खोडकी मोडली. स्वत:चे पैसे खर्च करून आम्ही घारापुरीच्या लेण्यांची समुद्र सहल केली. इतकेच नव्हे तर आणखीन पैसे खर्च करून चक्क बाहेर 'पुरोहित'मध्ये जेवून आलो. आमदार निवासाच्या कँटीनमध्ये आम्ही जेवलोच नाही. असे शासनाला पूर्वी कुणी फसवले नसेल!

पुण्याला परत आल्यानंतर पुष्कळ मित्र भेटले. समारंभ फारसा चांगला झाला नाही आणि जेवायची व्यवस्था चांगली नव्हती ही हकीकत ऐकल्यावर ज्यांना यंदा बक्षीस मिळाले नव्हते त्यांपैकी अनेक मित्रांना खूपच बरे वाटले. शेवटच्या दिवशी आम्ही सरकारची कशी खोड मोडली हे मी सांगत असताना माझा मित्र ते पदक न्याहाळून पाहत होता. पदक पाहता पाहता तो एकदम तोंड विस्फारून ओरडला,

''अरेच्या! म्हणजे काय?''

''काय झालं?''

''तू उर्दूतून पुस्तक वगैरे लिहितोस की काय?''

''छट्, काहीतरी काय बोलतोस?''

''हे बघ ना, या पदकावर काय लिहिलंय ते.''

मी पदक आत्तापर्यंत नीट पाहिलेच नव्हते. आता मात्र हातात घेऊन नीट निरखून पाहिले. त्यावर पुढील मजकूर कोरला होता –

महाराष्ट्र शासन शिक्षण विभाग,
उर्दू भाषेतील वाङ्मयनिर्मितीबाबत,
राज्य पुरस्कार,
श्री. द. मा. मिरासदार,
१९७२-७३.

'स्टेट गेस्ट' म्हणून सरकारी पाहुणचार घेऊन परत आलो, त्याला आता आठ दिवस झाले आहेत. आता दोन्ही वेळा पोटभर जेवतो. रात्री चांगली झोप लागते. टेबलाजवळच्या खुंटाळ्याला तो चंदनी हार लटकावलेला आहे. जाता-येता त्याचा सुगंध जाणवतो. टेबलावर प्रशस्तिपत्रक आणि पदक ठेवलेले आहे. घरी येणारी मंडळी कौतुकाने चौकशी करतात, ते पदक पाहतात, ते न्याहाळीत असताना त्यांच्याकडे बघण्याचं धाडस मला होत नाही. चकित होऊन ते माझ्याकडे दयार्द्र नजरेनं पाहू लागले की मी त्यांची नजर चुकवतो. चंदनी हाराचा वास घेत राहतो.

✳

मी : एक पाहुणा कलाकार

एका उन्हाळ्याच्या सुट्टीतील गोष्ट. सकाळची वेळ. नेहमीप्रमाणे मी आळसटपणे टेबलाशी उगीच बसून होतो. ध्यानी नाही, मनी नाही आणि अचानक 'विश्वनाथ फिल्म्स'चे निर्माते श्री. खडसे माझ्या घरी आले. खुर्चीवर बसून गंभीरपणे म्हणाले, "वऱ्हाडी आणि वाजंत्री'चं शूटिंग एकवीस मेपासून पुन्हा सुरू होतंय. आता ही शेवटची शिफ्ट. तुम्ही त्यात लहानसं काम करायचं असं ठरलंच आहे ना? मग केव्हा येताय बोला.

'वऱ्हाडी आणि वाजंत्री' ही श्री. ग. दि. माडगूळकर यांनी लिहिलेली चित्रकथा. ती 'विश्वनाथ फिल्म्स'ने घेतल्यापासून आतापर्यंत काय काय झाले, काय काय नाही हे सर्व मला माहीत होते. मधून मधून होणाऱ्या गप्पाष्टकांच्या मैफिलीत घटकाभर ही चर्चा व्हायचीच. स्वत: अण्णा खूप वर्षांनी त्यात काम करीत होते. त्यामुळे हटकून हा विषय निघायचाच. बोलता बोलता अण्णाच एकदा म्हणाले,

"चला रे पोरांनो, आपलं सगळं 'कथाकथन-पथक' या आघाडीवर पाहिजे. तू, व्यंकटेश, शंकर पाटील सगळ्यांनी या चित्रपटात लहानसं का होईना काम करायचं. तेवढीच कोल्हापूरची एक आनंदयात्रा होईल."

अण्णा खुशीत असले म्हणजे आम्हा तिघांनाही ते 'काय रे पोरांनो?" असे म्हणत असत. मग आम्हालाही पोरासारखाच आज्ञाधारकपणा दाखवावा लागे. त्यामुळे 'हो' म्हणून टाकले. झालेले बोलणे इतक्या गमतीने सहज झाले होते की, ते मी पार विसरून गेलो होतो. पुढे शंकर पाटील एका शिफ्टला जाऊन काम करूनही आले. तरीसुद्धा हे प्रकरण माझ्यापर्यंत येईल असे मला वाटले नव्हते.

आश्चर्याने मी म्हटले,

"म्हणजे? तुम्ही खरंच हे मनावर घेतलंत की काय?"

खडसे म्हणाले,

"एकदा ठरलं म्हणजे ठरलं. अन् दुसरीही एक गोष्ट आहे. अण्णांच्यावर नुकताच एक जबदरस्त आघात झालाय. त्यांची मन:स्थिती आपण सगळेच ओळखतो.

आम्ही या महिन्यातलं शुटिंग रद्दच करणार होतो. पण आमचं नुकसान होऊ नये म्हणून ते येताहेत. अशा वेळी तुम्ही मंडळी असलात तर बरं होईल. तेवढाच त्यांना विरंगुळा वाटेल.''

''ही गोष्ट मात्र खरी.''

''मग केव्हा येता बोला. आम्ही पुढं जातो. तुम्ही परवाला नाही तर तेरवाला निघाच. तुम्ही अन् व्यंकटेश.''

''ठीक आहे.''

सगळे पक्के करून खडसे निघून गेले.

माझी मलाच गंमत वाटू लागली.

अरे, आता आपले काय वय आहे. सिनेमाचे काय करायचे? लहानपणची गोष्ट वेगळी. शाळकरी वयात पंढरपूरला एक आण्याच्या तिकिटात दुपारी स्टंट सिनेमा पाहणे हा माझा त्या वेळचा 'ऑप्शनल सब्जेक्ट' होता. त्यातल्या पराक्रमी नायकाप्रमाणे आपणही घोड्यावर बसून दौड करावी, तोंडावर बुरखा घालून प्रचंड हाणामारी करावी, नायिकेला पाठीशी घालून एकाचवेळी दहा-दहा जणांशी तलवारीने लढावे असे फार फार वाटत असे. आता ते गमतीचे वय संपून पुष्कळ वर्षे झाली. लेखक म्हणून अजूनही या सृष्टीची ओढ आहे. पण बाकी कसलेही आकर्षण उरलेले नाही. महिनोन् महिने मी चित्रपट पाहतसुद्धा नाही. एखादा चांगला चित्रपट पाहायचा राहिला तर त्याची हळहळ वाटत नाही. सकाळच्या धुक्याप्रमाणे हे सगळे केव्हाच विरून गेले आहे. मग आपण कशासाठी तिथं जायचं? कशाला नसतं लचांड? छे! नकोच ती कटकट. एक फोन करावा आणि 'येत नाही' म्हणून सांगावे.

अरे पण भल्या माणसा, तू लेखक म्हणवतोस ना स्वत:ला? लेखकाने नव्या नव्या अनुभवांना नेहमी सामोरे गेले पाहिजे असे तूच म्हणतोस ना? मग आता का बिचकलास गड्या! कर या विश्वामित्री सृष्टीचा चार दिवस फेरफटका. थोडीशी मौज तरी अनुभव. हरकत कसली? चल, आता माघार नाही. 'पुढचे पाऊल पुढेच टाका'.

चला तर चला. 'हाय कंबख्त, तूने पीही नहीं' असे कुणी म्हणायला नको.

हो ना करता नक्की करून टाकले. या चित्रपटात आपल्याला कसले काम आहे, कुणाचे आहे, किती वेळ आहे काही माहीत नव्हते. पण मुशाफिरीचा बेत पक्का केला. ठरलेल्या दिवशी निघालो. रात्रभर एस.टी.त जागरण केले. लालबुंद डोळ्यांनी आम्ही दोघांनी ऐन सकाळच्या वेळी कोल्हापुरात पाय ठेवला. स्टुडिओच्या निवासस्थानात बॅगा टाकल्या. स्नान करून ताजेतवाने झालो. जवळच असलेल्या स्टुडिओकडे पायी चालत निघालो.

डोंगराच्या चढ-उताराशी सलगी करणारी गावे मला फार आवडतात. औरंगाबाद, त्यापेक्षा सातारा आणि सगळ्यात छान म्हणजे कोल्हापूर. डोंगराच्या उतारावर गर्द

झाडी. उतरणीवरची उंचसखल कौलारू घरे. तांबूस मातीचे रस्ते आणि आदबशीर बेताची रहदारी. गावातून बाहेर पडल्यानंतर दहा-पंधरा मिनिटांत डोंगराची चढती वळणवाट लागली पाहिजे. पन्हाळा, ज्योतिबा, टेमलाई यांच्या परिसरात वसलेली ही करवीरनगरी म्हणूनच मला फार आवडते.

शालिनी स्टुडिओ कोल्हापुरच्या थोडा बाहेर – एका माळावर शांत, निर्जन जागी आहे. समोर रंकाळ्याचा तलाव. अलीकडच्या बाजूला छत्रपतींचा शालिनी पॅलेस. त्या भव्य दगडी वास्तूचे आवारही मोठे आहे. या पॅलेसच्या परिसरातून पलीकडे फर्लांगभर गेले की, जुन्यापुराण्या झालेल्या लहान लहान एकमजली दगडी इमारती आणि मग शालिनी स्टुडिओ. चालता चालता मी भोवताली पाहिले. रंकाळ्याचा तलाव अगदीच रोडावलेला दिसला. दुष्काळामुळे यंदा तसे झाले असेल. पण मनात उगीचच वाटले, संस्थान खालसा झाल्यामुळेच या तलावाची अशी दुर्दशा झाली असावी. तलाव भरलेला असेल तेव्हा हा परिसर किती चमचमत असेल!

आज पाणी बेताचेच होते. सकाळची कोवळी उन्हे त्यात लहान पोराप्रमाणे डुबक्या घेत होती. पांढरी जीग भरल्यासारखा मधला पृष्ठभाग चमकत होता. सर्वत्र शांत, नीरव वातावरण होते. जीवनाचा कोलाहल फार दूर राहिला होता. अशा या दुर्दशेतसुद्धा त्या परिसराने मला भारून टाकले.

स्टुडिओच्या प्रवेशद्वारातून आतल्या पटांगणाकडे वळताना जुन्या आठवणी एकदम जाग्या झाल्या. झाडावरच्या चिमण्यांप्रमाणे मंजूळ किलबिल करीत राहिल्या. बघता बघता हा सगळा देखावा मला ओळखीचा वाटू लागला. ही जागा पूर्वी पाहिलेली आहे. केव्हा बरे आलो होतो आपण इथे? नक्कीच आलो होतो. हां, आत्ता आठवले. तीसएक वर्षे झाली असतील त्या गोष्टीला. पंधरा-सोळा वर्षांचे आपण होतो. देवीच्या दर्शनाला, कोल्हापूर पाहायला म्हणून आलो होतो. बरोबरीच्या मित्राला घेऊन सगळे कोल्हापूर पालथे घातले त्या वेळी. त्या भटकंतीत हा रंकाळा तलाव पाहिला. मग शालिनी पॅलेसमध्ये भीत भीत डोकावले. काय पाहिले ते आता नीट आठवत नाही. बहुधा एक मोठा दिवाणखाना, गाद्यागिरद्या, कोच मधे अंथरलेले भारी गालिचे, भिंतीत खुंट्यांना अडकवलेली हरणाची, वाघाची मुंडकी – असे काहीतरी अंधूक आठवते. मग कुणीतरी सांगितले की, 'शालिनी स्टुडिओ' नावाचा प्रसिद्ध सिनेमा स्टुडिओ इथून अगदी हाकेच्या अंतरावर आहे. हा कपिलाषष्ठीचा योग दवडणे शक्यच नव्हते. चौखूर उधळत आम्ही दोघांनी स्टुडिओ गाठला. पण तेथे सगळे निर्मनुष्य वातावरण होते. रंग लावलेला तर सोडाच, पण साधा माणूस देखील दिसला नाही. तेव्हा आमची निराशा झाली. पण 'उपासनेला दृढ चालवावे' हे व्रत अंगी मुरलेले होते. त्यामुळे स्टुडिओ संपूर्ण पालथा घालायची आमची तयारी

होती. पण स्टुडिओतल्या कुणीतरी माणसाने – बहुधा पहारेकरी – आम्हाला अडवले. आम्ही अगदीच गयावया केली तेव्हा नुसता फेरफटका मारायची परवानगी मुश्किलीने मिळाली. चालून-चालून पायाचे तुकडे पडले होते. पण उत्साह उदंड होता. सबंध स्टुडिओला आम्ही पूर्ण प्रदक्षिणा घातली. बाहेर एका बाजूला जुन्यापुराण्या लाकडी सेट्सचे अवशेष पडले होते. त्यांचे बराच वेळ कुतूहलाने निरीक्षण केले. मोडका रथ, लाकडी दरवाजा, फुटकी गदा या वस्तूंवरून प्रेमाने हात फिरवला. कोणत्या सिनेमात यांचा कुठं उपयोग केलेला असावा यासंबंधी मी मित्राला आपले भाष्य ऐकवले. त्या वेळी 'प्रतिभा' हा एक गाजलेला चित्रपट. डोक्यात केवड्याचे सुदर्शन चक्र आणि हातात कळशी घेऊन बसलेल्या दुर्गाबाईंचे एक चित्र कुठेतरी दिसले. ते बारकाईने न्याहाळून पाहिले. पहारेकऱ्याजवळ नाना चौकशा केल्या. 'पोरे भारीच चिकट दिसतात' असा आविर्भाव त्याच्या तोंडावर उमटून गेला. कशी तरी उत्तरे देऊन त्याने आम्हाला वाटेला लावले. तरीसुद्धा 'नेति नेति' म्हटले जाणारे ब्रह्म साक्षात् पाहिल्याच्या आनंदात आम्ही घरी परत आलो.

तोच हा शालिनी स्टुडिओ!....

समोर तोच रंकाळ्याचा तलाव... पलीकडे तोच दगडी शालिनी पॅलेस. तोच माळ. तोच भणभणणारा वारा. तीच नीरव शांतता... सगळे तेच. तसेच तीस वर्षांनी मी पुन्हा हे सगळे पाहत होतो. एका मित्राबरोबरच त्या स्टुडिओत प्रवेश करीत होतो. पण एक 'पाहुणा कलाकार' या अनोख्या नात्याने. थोडे ऐटीत.

'उद्याच्या उद्या तुम्ही सेटवर हवे आहात. तेव्हा आजच ताबडतोब निघा –' असा निर्मात्यांचा तातडीचा निरोप आला म्हणून एक दिवस आधीच निघालो होतो. धावपळ करून एस.टी. गाठली. उजाडता उजाडता कोल्हापूरला पोचलो. प्रवासात व्यंकटेश सारखा मला सांगत होता, ''आपण चाललोय खरं गडबडीनं. पण तिथं गेल्यावर दिग्दर्शक आपल्याला सांगतील, आज दुपारपर्यंत काही काम नाही तुम्हाला. होतंय का नाही असं बघ तू.''

''असं होणार नाही रे.''

''पाहा तू. मी तुझ्यापेक्षा या धंद्यात वडील आहे.''

''बघू या.''

स्टुडिओपाशी पोहोचल्यावर सर्वांची गाठभेट झाली. नमस्कार-चमत्कार झाले. मग दिग्दर्शक शांतपणे म्हणाले,

''ताबडतोब आलात हे छान झालं. आज तुमचं काम आहेच. पण दुपारपर्यंत आम्ही दुसरं आटोपून घेतो. तुम्ही जेवून झोप काढा छान. काम निघालं की बोलवतोच.''

''आनंद आहे.''

भूक सपाटून लागली होती. म्हणून कँटिनमध्ये जाऊन आधी पोटाची भरती केली. मग कसे छान छान वाटले. प्रवासाचा शीण पार गेला. आता झोप येण्याची शक्यता नव्हतीच. वेळ घालविण्यासाठी म्हणून आत सेटवर गेलो. समोर पाहिले.

समोर पुण्यातील मंगल कार्यालयाचा सुबक सेट उभा होता. 'शिवपार्वती मंगल कार्यालय' अशी मोठी पाटी दर्शनी भागात वर झळकत होती. बाहेर अंगणात एक मोठा बोर्ड आणि त्यावर खडून लिहिलेला मजकूर –

तळमजला : धारवाडकर-गोखले विवाह.

पहिला मजला : शहा-पारीख विवाह.

दुसरा मजला : लोकनाट्य परिषद, नवरात्र उत्सव.

आतल्या बाजूला समोर कार्यालयाचे मुख्य सभागृह. त्यापुढे व्यासपीठ. दोन्ही बाजूंना वधू-वर पक्षासाठी खोल्या. विद्युतदीपांच्या रंगीबेरंगी माळा, तोरणे, आंब्याच्या डहाळ्या. सभागृहाच्या प्रवेशद्वारालगत डाव्या हाताला वर जाण्यासाठी जिना. तिथंच एक मोडकी टेबलखुर्ची आणि जवळच एक पाटी – कार्यालयाचे कार्यालय.

वा! हे तर अगदी हुबेहुब मंगल कार्यालय. जरा माणसांची लगबग सुरू झाली आणि दिव्यांचा झगमगाट वाढला तर खरोखरीच लगीनघर.

कॅमेरा लागला आणि खरोखरीच गर्दी वाढली. तंत्रज्ञ आले. एकेक रंगलेले कलावंत सेटवर येऊ लागले. ग. दि. माडगूळकर आले, राजा परांजपे आले. सुलोचनाबाई आल्या. शांत जोग आल्या. निष्णात छायालेखक ई. महंमद आपला कॅमेरा सज्ज करून उभे राहिले. मोठमोठ्या विद्युतदीपांची योग्य ती मांडणी सुरू झाली. 'लाईट्स ऑन', 'लाईट्स ऑफ'च्या घोषणा सुरू झाल्या. मुख्य सभागृहात दिव्यांचा प्रखर प्रकाश भरून राहिला. अण्णा आणि राजाभाऊ हे दोघेही व्याही एकमेकांसमोर ट्रंकेवर आरसे ठेवून दाढी करताहेत. काहीतरी बोलाचाली होता होता भांडणच सुरू होते, असे दृश्य होते. एकजण कोकणातले रिटायर्ड मामलेदार, चित्पावन कुलोत्पन्न रावसाहेब गोखले, तर दुसरे कर्नाटकातले प्रतिष्ठित देशस्थ जमीनदार धारवाडकर. एकाचे कोकणी बोलणे, तर दुसऱ्याचे कानडीमिश्रित मराठी. आसपास नातेवाईक मंडळी.

तोंडाला साबण माखून दाढी सुरू झाली. मग संवाद कोणते आहेत ते दिग्दर्शकांनी दोघांनाही ऐकवले. त्यांची तालीम सुरू झाली.

गोखले चिडून म्हणाले, "का रे कानड्या?"

त्यावर धारवाडकरही खवळले, "का रे हापूसपायऱ्या?"

माडगूळकरांनी हे वाक्य अनपेक्षितपणे नव्यानेच उच्चारले. त्याबरोबर सर्वत्र हशा आला. एकदा दोनदा ट्रायल होऊन वाक्ये कायम झाल्यावर सहायक दिग्दर्शकांनी हातातल्या स्क्रिप्टमध्ये खाडाखोड करून नवी वाक्ये लिहून घेतली.

मग साऊंड ट्रायल. नंतर 'टेक'.

एकदम शांतता पसरली. 'साउंड रेडी'ची घंटा वाजली. सहायक दिग्दर्शकांनी कॅमेराला पाटीचा नैवेद्य दाखवला.

"सीन नंबर बेचाळीस, शॉट टू, टेक वन..." आणि फटमार करून तो बाजूला झाला.

दोघांनीही व्यवस्थित वाक्ये घेतली. मुद्राभिनय केला, दिग्दर्शक 'कट' म्हणून ओरडले. तो शॉट संपला.

पुन्हा पुढचा संवाद.

त्याला मात्र बराच वेळ लागला. कधी वाक्ये मागे-पुढे झाली. एकदा राजाभाऊंच्या मिशा घसरल्या. त्या पुन्हा लावेपर्यंत माडगूळकरांच्या मिशा घसरल्या. तोपर्यंत माडगूळकरांच्या तोंडावरील साबण वाळून गेला. इतर कुणीतरी चुकले. कुणीतरी ब्लॉकमध्ये उशिराच आले. तालीम, पुन्हा तालीम. साउंड ट्रायल... टेक... रीकेट... पुन्हा रीटेक.

हुश्श! कंटाळा आला.

आत स्टुडिओत फार उकडत होते. कंटाळून बाहेर पटांगणात आलो. बाहेर माळावरच्या मोकळ्या हवेने एकदम बरे वाटले.

मधली जेवायची वेळ सोडली तर दिवसभर हाच प्रकार चालू होता. हे चित्रिकरणाचे काम भारी कंटाळवाणे. माहीत नसते त्यांना फार आकर्षण! शुटिंग म्हटल्यावर पाहायला धडपडतात. पण हे कौतुक फार वेळ टिकत नाही. मला आठवते, पुण्यातल्या डेक्कन स्टुडिओत त्या वेळी 'पेडगावचे शहाणे' या चित्रपटाचे शुटिंग चालू होते. माडगूळकरांचा वशिला लावून मी आणि माझा मित्र धडपडत रात्रीच्या वेळी ते पाहायला गेलो. शहाण्यांच्या घरातली सगळी माणसे एका टेबलाशी बसून दुपारचे जेवताहेत असा काहीसा तो सीन होता. या जेवणाच्या इतक्या वेळा ट्रायल्स झाल्या की ते बघूनच माझे पोट भरले. आता आणखी थोडा वेळ बघत बसलो तर उद्या बहुतेक आपल्याला अजीर्ण होणार असेही वाटून गेले. कुठेतरी बोलण्यात चूक व्हायची, गॅप तरी पडायची, नाही तर कुणाचे एक्स्प्रेशन तरी चुकायचे. मग दरवेळी नवा भात वाढायचा. भात कालवून कालवून आणि तो तोंडात कोंबून तीही मंडळी थकल्यासारखी वाटली. अहो जेवायचे तरी किती वेळ? त्याला काही सुमार? अखेर रात्री दीड-दोन वाजता तो सबंध सीन संपला आणि मीसुद्धा सुटकेचा निःश्वास टाकला. शुटिंग पाहण्याचा वेडेपणा पुन्हा म्हणून कधी मी केला नाही.

बाहेरच्या खुर्चीवर बसून ऐसपैस गप्पा चालल्या होत्या. मी हा अनुभव सांगितला तेव्हा एक जाणते म्हणाले,

"हे काम तसं कंटाळवाणंच आहे. एखाद्या शॉटला गंमत येते केव्हा तरी. बाकी हे असंच. ऐनवेळेला काहीतरी विघ्नं येतात. तासन् तास लागतात साध्या साध्या गोष्टींना. तुम्हाला गंमत सांगतो. प्रभातमध्ये गुरुदेव दत्तचं शुटिंग चाललेलं. एक शॉट असा की दत्तगुरू उभे आहेत हातात झोळी घेऊन. पाठीमागे गाय, झोळीच्या खाली पायाशी कुत्रं. साधा सीन. डायलॉग नाही, काही नाही. पण तेवढं काही जमेना. त्या गायीनं काही त्रास दिला नाही. पण कुत्रं होतं फार डामरट. सगळी ट्रायल होईपर्यंत पायाशी बसून राहायचं हां. अन् लाईट्स लागले अन् 'टेक' म्हटलं की ते हळूच उठून ब्लॉकच्या बाहेर यायचं. सगळे हैराण. काय करावं कुणाला कळेना. शेवटी एका असिस्टंटनं युक्ती काढली. बाहेर जाऊन त्यानं मटण आणलं भरून एका डब्यात. ते दत्ताच्या झोळीत ठेवलं. त्या मटणाचा वास हुंगत हुंगत ते कुत्रं पायाशी स्वस्थ बसून राहिलं. कसाबसा घेतला एकदाचा तो शॉट."

दुसरे म्हणाले, "असल्या मजा या धंद्यात फार. मागं एका पौराणिक चित्रपटाचं शुटिंग चाललं होतं. दोघा नागपंथी बुवांत लढाई होते हा सीन. एक नाथ मंत्रसामर्थ्यानं झाडाचं फळ तोडून जमिनीवर आणून दाखवतो. मग दुसरा नाथ आपल्या सामर्थ्यानं ते जमिनीवरचं फळ वर झाडाला पुन्हा चिकटवतो हा सीन चाललेला. झाडावरनं फळ खाली येतं हा सीन सरळ. पण खालचं फळ वर देठाला चिकटवायचं म्हणजे ट्रिकसीनचा मामला. खाली पडलेल्या फळाचाच सीन उलटा फिरवला म्हणजे फळ वर झाडाला जाऊन चिकटलं असं दिसंत. तसं सोपं काम. पण या गडबडीत बाकी काय चाललंय इकडे कोणाचं लक्षच गेलं नाही. झाडाखालीच बाजूला एक गाय उभी होती. ज्यावेळी झाडावरनं फळ खाली पडलं त्याच वेळी गाईनं शेण टाकलं. ट्रिकसीनसाठी फिल्म उलटी फिरवली तेव्हा ध्यानात आलं. सगळाच हाहा:कार. ज्या वेळी जमिनीवरचं फळ वर जाऊन देठाला चिकटायचं त्याच वेळी जमिनीवरचं शेणही उठायचं अन् परत गायीकडे जागच्या जागी जायचं. हसून हसून मुरकुंडी वळली सगळ्यांची."

अशा गप्पांत दिवस गेला.

दिवसभर आमचे काम निघालेच नाही. उद्या कोल्हापूर बंद म्हणजे स्टुडिओही बंद. बंद म्हणजे बंद. तिथं अपील नाही. (आम्ही ज्यांच्याकडे नंतर उतरलो ते अण्णांचे स्नेही आबासाहेब भोगावकर रात्री म्हणाले, "अहो, आमचं 'कोल्हापूर बंद'चंच गाव आहे. राजे 'बंद' म्हणाले तरी करतील असे इथं एकेक वीर आहेत.") या भानगडीमुळे शुटिंग रात्रभर पुढे चालू ठेवायचं ठरलं आणि झोपेचे कलम पुन्हा एकदा बाद झाले. गोखले, त्यांच्या एक-दोन मुली आणि जावई खोलीत पत्ते खेळताहेत. आम्ही तिघं-चौघं गोखल्यांचे जावई. कार्यालयाचे कंत्राटदार जेवायला बोलवायला येतात. मग धारवाडकर पती-पत्नी येऊन हात जोडतात. पुन्हा भांडणं

असा काहीतरी देखावा होता. दृश्य लहानसं, पण वेळ भरपूर गेला. आम्ही पेकाळून गेलो.

रात्री तीन वाजता माझा शेवटचा क्लोजअप घेतला आणि पॅक-अप झाले. तोपर्यंत सगळ्या स्टुडिओत सामसूम झाली होती.

बंदमुळे पुढचा सबंध दिवस झोपेत आणि आळसात गेला. तिसऱ्या दिवशी मात्र दिग्दर्शकांनी मला बोलवले.

"आता तुम्ही मेकअप करा. तुम्ही धारवाडकरांचे ज्येष्ठ जावई. नागपूरचे पझलवार. या लग्नाच्या निमित्तानं तुम्ही पहिल्यांदाच पुण्याला येताहात. तुम्ही अन् तुमची बायको या कार्यालयात सर्वांआधी पोचता. तुम्ही चुकून वर शहा-पारीख यांच्याच मंडळींत जाता. मग चडफडत सामानसुमान घेऊन पुन्हा जिना उतरून खाली येता. तुम्ही बायकोवर चिडलेले आहात. त्या झीटमध्ये वैतागाने तिला काहीतरी बोलत बोलत जिना उतरत आहात, हे दृश्य चित्रित करायचंय. चला, तयार व्हा."

"पण मी कार्यालयात केव्हा आलो? अन् चुकून वरच्या लग्नाला केव्हा गेलो? तो प्रसंग तर अजून झालेलाच नाही!" मी भाबडेपणाने विचारले.

दिग्दर्शक दाढीतल्या दाढीत हसले.

"ते मागनं घेऊ. उद्या-परवा. आज बाहेर कॅमेरा लावलाय तर बाहेरच्या जिन्यातला हा शॉट उरकून टाकू. चला, पळा."

"अन् कपडे कोणते?" आपणच हीरो आहोत अशा उत्साहात मी विचारले.

"कोणतेही चालतील हो."

तरी उत्साह कायम ठेवून वर माडीवर मेकअपरूममध्ये गेलो. मेकअप केल्यावर आरशात तत्परतेने डोकावून पाहिले. माझ्या कल्पनेपेक्षाही मी स्मार्ट दिसत होतो. कार्यालयाच्या चालकाची भूमिका करणारे, जुने विनोदी नट डोंगरे तिथेच बसले होते. त्यांना मी विचारले, "तुम्ही नाही केलात मेकअप?"

डोंगरे शांतपणाने बोलले, "गोऱ्या माणसाला मेकअप लागत नाही."

पुन्हा एकदा तेजोभंग, पण तरी उत्साह टिकवला.

"बरं, माझा मेकअप कसा काय झालाय?"

डोंगरे तसे रसिक दिसले. ते तत्परतेने म्हणाले, "छान! दहा-वीस वर्षांपूर्वी आला असतात तर हीरोचा चान्स होता. पण अजून बिघडलं नाही. अधून-मधून एखादा साईड रोल मिळायला हरकत नाही."

त्यांचा हा अभिप्राय मला मार्मिक वाटला. थोडे अवसान आले. त्या उत्साहात मी कपडे निवडले. निर्मात्यांनी प्रमुख लोकांसाठी खास मापाचे कपडे शिवले होते. त्यांना हात लावणे शक्यच नव्हते. उरलेल्यांसाठी कपड्यांचा एक जनरल ढीग

होता. हे खाते सांभाळणाऱ्या माणसाने मला त्यातलाच एक शर्टकोट उपसून दिला. नागपुरी जावई आहे तेव्हा धोतर उत्तम असे माझे मीच ठरवून टाकले. दंड घातलेला भाग निऱ्यांत लपवून धोतराचा काचा मारला. कपडे चढवले आणि सेटवर आलो. आमची (सिनेमातली) बायको आधीच रंगून तिथं तयार होती.

दिग्दर्शकांनी आवश्यक त्या सूचना दिल्या. छाती धडधडू लागली. परवा काम केले होते, पण ते मॉबमध्ये होते. आता कॅमेऱ्याचा डोळा केवळ माझ्यावर वटारलेला होता. 'जय बजरंगबली' असे मनात म्हणून मी दोन्ही हातात सामान घेतले. माझ्या दोन्ही हातांत दोन सूटकेस. बायकोजवळ वळकटी आणि मोठी वॉटरबॅग. ओझे खरे वाटण्यासाठी दोन्ही बॅगात काहीतरी गच्च भरलेले.

हळूहळू तालीम सुरू झाली.

सामान सांभाळत सांभाळत जिन्याच्या पायऱ्या उतरायच्या, त्याच वेळी बायकोशी रागारागात बोलायचे. एकदा तिच्याकडे तोंड करून व नंतर समोर बघत बघत. चेहऱ्यावर त्याच वेळी वैतागल्याचे 'एक्स्प्रेशन' आणायचे. अन् इतके करून विशिष्ट ठिकाणी जाऊन बरोबर थांबायचे. सभागृहाच्या प्रवेशद्वारापाशी हिरोचा मित्र भेटतो. त्याच्याशी काही बोलायचे, त्याच्याजवळ सामान द्यायचे. पुन्हा बायकोशी रागारागात बोलायचे. अरे बापरे...! अरे, एका वेळेला सगळे कसे एकदम जमणार? 'पाहुणा कलाकार' झाला म्हणून काय झाले? त्याला काही जीव आहे की नाही?

सगळे सांभाळता सांभाळता तिरपीट उडू लागली. एक करावे तर दुसरे राहून जावे, असे होऊ लागले. लहानपणी देवाची पूजा करीत असताना माझे असेच व्हायचे. एका हातात घंटा अन् दुसऱ्या हातात आरती. एकदा घंटेबरोबरच आरतीही त्याच तालात हलायची. दुसऱ्यांदा आरती ओवाळली की घंटाही ओवाळल्यासारखी करायची. दोन वेगवेगळ्या क्रिया एकाच वेळी हे कधीच जमले नाही. आताही असेच एकदा छान 'एक्स्प्रेशन' दिले तर जिन्याच्या पायऱ्या नीट उतरलो नाही. मग पायऱ्या व्यवस्थित उतरलो तर दिग्दर्शक म्हणाले, की 'तुमचे एक्स्प्रेशन पार गेले' दोन्ही जमले त्या वेळी बोलायची वाक्ये विसरलो. मग मात्र सगळे व्यवस्थित जमले. फक्त सगळे ब्लॉकच्या बाहेर झाले. दरवेळी सामान उचलायचे, जिना उतरायचा आणि पुन्हा ट्रायलसाठी वर जायचे. बॅगा धरून धरून हात दुखून आले. कंटाळलो. दिग्दर्शक म्हणाले, ''आता मात्र तुमचा चेहरा खरोखरच वैतागल्यासारखा दिसतोय. व्हेरी गुड! मला पाहिजे ते एक्स्प्रेशन बरोबर येतंय. चला आता, टेक.''

'टेक' म्हटल्यावर छातीतली धडधड वाढली. शेवटच्या न्यायदानाच्या दिवशी वाजणारी घंटा माझ्या कानात एकदम घणघणू लागली. आला, तो क्षण आता अगदी जवळ आला.

आम्ही नवरा-बायको पुन्हा जिन्याच्या पायऱ्या चढून वर उभे राहिलो. या वेळी

दिग्दर्शकांनाच कणव आली असावी. हातातील जड सामान सेटवरच्या माणसाने वर आणून दिले. लाईट्स लागले. साउंड ओ.के.ची घंटा वाजली, सहायक दिग्दर्शकांनी कॅमेऱ्यासमोर पाटी धरली.

सीन नंबर अडतीस, शॉट थ्री... टेक वन....

मी बॅगा घेऊन खाली उतरू लागलो.

"तुला माहेरची वढच फार. पत्ता माहीत नाही अन् निघाली लग्नाला. येतेस का अशीच वापस नागपूरले?"

"कट...' माझी सगळी वाक्ये पुरी व्हायच्या आतच दिग्दर्शक ओरडले, "काय झालं हो?"

"अहो, पाटी दाखविल्यावर आमच्या असिस्टंटना ब्लॉकच्या बाहेर नीट जाऊ द्या. मग तुम्ही जिना उतरा."

"होय का?"

पुन्हा जिन्याचा वरचा मजला. पुन्हा बॅगा वर. लाईट्स ऑन, साउंड ओ.के. पुन्हा फटमार.

"सीन नंबर थर्टीएट, शॉट थ्री – टेक टू."

फटमार साहेब लांब गेल्याचे नीट पाहिले. मग जिना उतरू लागलो.

"तुला माहेरची वढच फार –"

वाक्य पुरे होते न होते तोच दिग्दर्शक ओरडले, "कट्... कट्...."

"बोंबला, आता काय झालं आणखी?" आता मात्र मी अगदी रडवेला झालो.

"अहो, बॅगा बदलल्यात तुम्ही. ती तांबडी बॅग मघाशी डाव्या हातात घेतली होती तुम्ही. उजव्या हातात कशी गेली?"

"आता मला काय माहीत?"

"चला पुन्हा वर. आता चुकू नका."

चडफडत पुन्हा वर.

तो सीन संपायला एकूण दीड-दोन तास लागले असावेत. मी दिग्दर्शकाजवळ दिलगिरी व्यक्त केली तेव्हा ते शांतपणे म्हणाले, "चालायचंच. सगळ्या नव्या माणसांचं असंच होतं सुरुवातीला. त्यात काही विशेष नाही."

सुरुवातीला अशा चुका झाल्या. मग मात्र सरावलो. साऊंड-ट्रायल, लाईट्स, ब्लॉक, फटमार – सगळे तंत्र पाठ झाले. 'टेक' म्हटल्याबरोबर छातीत होणारी धडधड बंद झाली. एखाद्या सराईताप्रमाणे बोलता येऊ लागले. आरती, घंटा एकाच वेळी जमू लागले. कॅमेऱ्यासमोर मोकळेपणा आला. मग बोलता बोलता एखादे पदरचे चांगले वाक्य मनानेच घालणे यात काही विशेष वाटेनासे झाले. ते खपूही लागले.

एक मोठा सीन संपल्यावर दोन दिवसांनी दिग्ददर्शक म्हणाले,

"छान! तुम्ही फार लवकर पिकअप् केलंत! इतक्या लवकर आम्हालाही जमलं नसतं."

मग काय! आनंद. सुटलेल्या पोटावरचे मूठभर मांस कमी झाल्यासारखे एकदम वाटले.

■

शुटिंग सतत चालू असले तरी सगळ्यांना एकाच वेळी काम नसे. मोकळी माणसे बाहेर पटांगणात खुर्च्या टाकून बसत. मोठी मैफल भरे. अण्णा, राजाभाऊ, व्यंकटेश, शंकर पाटील, सेवा चौहान, त्यांचे पती राघवेंद्र चौहान, जोग पती-पत्नी, कधी कधी खडसे, नंदा हे निर्मातेही या गप्पांष्टकात सामील होत. एकदा पाऊस आला. वरच्या पत्र्यावर ताडताड थेंब नाचू लागल्यावर शुटिंग बंदच. पण सगळ्यांनी पावसाचे स्वागतच केले. एकदा तर विजेची लाईनच गेली. एक-दोनदा कॅमेरा बिघडला. मग सगळा मामला थंडच.

मग काहीतरी करून वेळ घालवायचा. एकदा व्यंकटेशने गोष्ट सांगितली. नंतर मी कथाकथन केले. एकदा चौहान यांनी पारशी म्हाताऱ्याची नक्कल केली. अण्णांनी शाहूमहाराजांच्या गोष्टी सांगितल्या.

चार-दोन दिवसांनी आमचा जुना दोस्त मधू आपटे यात सामील झाला. मधूने आता पन्नाशी ओलांडली असेल. पण तो अजून पोरासारखाच दिसतो. 'तुकाराम'मध्ये सालोमालोच्या मुलाचे काम त्याने केले होते, तेव्हापासून मी त्याला पडद्यावर पाहतो आहे. आज इतकी वर्षे झाली, पण ही मूर्ती आहे तशीच आहे. त्याच्या खांद्यावर सिनेमातल्या गोष्टींचा अक्षय्य भाता असतो. तो आल्यावर गप्पांना आणखीन रंग चढला.

मधूची एक मजा आहे. तो स्वत:च स्वत:ची थट्टा करीत असतो. दुसऱ्या कुणी टिंगल केली तरी चिडत नाही.

एकदा स्वत:चीच थट्टा करताना तो म्हणाला, "काय आमची किंमत आहे! एका हिंदी पिक्चरचं काश्मीरमध्ये शुटिंग चाललेलं. तिथं मला एका सीनमध्ये लहानसं काम होतं. काम काय तर एका कुत्र्याबरोबर खेळायचं. दोन तासांचा सगळा मामला. तेवढ्यासाठी मला काश्मीरमध्ये बोलावलं. आम्ही खूश. दोन दिवस रेल्वेचा प्रवास करून आम्ही आदल्या दिवशी तिथं हजर. ते कुत्रं दुसऱ्या दिवशी सकाळी विमानानं मुंबईहून आलं. दुपारी शुटिंग खलास. लगेच त्या दिवशी कुत्रं विमानानं मुंबईला परत रवाना. कारण त्याला दुसऱ्या दिवशी मुंबईत दुसरीकडे डेट होती. आम्ही आपले रेल्वेने रखडतोय. आम्ही तीन दिवसांनी परत. हे असं आहे सारं!"

"कुत्र्यालासुद्धा डेट असते अं?"

"फार हुशार कुत्रं आहे बाबा. दहाच्या नोटा, पाचाच्या नोटा बरोबर ओळखतं."

मी गंभीरपणे म्हटलं, "मग तू त्या लोकांना सांगायचं नाहीस का?"

"काय म्हणून?"

"एवढ्यासाठी कुत्र्याला कशाला बोलविता इतक्या लांब. नोटाच ओळखायच्या असतील तर मीसुद्धा ओळखेन म्हणावं. आहे काय त्यात विशेष?"

"हः हः!"

मधू मनापासून हसला. मग त्याने दुसरी गोष्ट सुरू केली. मी त्याला पुन्हा डिवचले,

"मधू, हिंदीवाले पैसे देतात का रे भरपूर? का नुसताच काश्मीरचा प्रवास?"

चालू असलेली गोष्ट अपुरी ठेवून मधोबा म्हणाले, "पैसे? अरे, पैशाला तोटा नाही तिथं गड्या. एका पिक्चरमध्ये मी शम्मी कपूरच्या मागे पळतो एवढाच सीन होता. काम दोन-चार तासांचं. पण रेट ठरलेला आहे आता. दिवसासाठी शंभर रुपये. तो शम्मी कपूर लेकाचा लवकर यायचाच नाही. दुपारी तीन-चारच्या पुढं उगवायचा. मग तो पळायचा. अन् त्याच्यामागे मी पळायचो. सहा वाजून जायचे. दोनशे रुपये खिशात. इतकं करून तो सीन पुरा झालाच नाही. शम्मीची पुन्हा 'डेट' मिळविता मिळविता प्रोड्युसर बेजार. पुन्हा वर्षानंच डेट मिळायची. त्या दिवशी तो पळायचा अन् मी त्याच्यामागं. आज तीन वर्षं झाली. मी त्याच्या मागं पळतोच आहे."

मधू आणि मी एक-दोन सीनमध्ये एकत्र आहोत. आपल्या वैगुण्याचेच त्याने भांडवल केले आहे. एका दृश्यात मी त्याच्याकडे वळून पाहतो आणि तो नाचगाण्याचा आविर्भाव करतो. त्या वेळी त्याने इतकी वेडीवाकडी तोंडे केली की मला एकदम हसू कोसळले. टेकच्या वेळी हसू आवरून चेहरा गंभीर ठेवता ठेवता बेजार.

अशा हास्यविनोदात तासन् तास निघून जायचे.

एकदा शुटिंग संपल्यावर कपडे परत करीत असताना मी निर्मात्यांना म्हटलं, "का हो, हिंदीतले नटनट्या काय करतात? काम संपल्यावर कपडे परत करतात?"

या निर्मात्यांचा मुंबईतल्या हिंदी सिनेमावाल्यांशी पुष्कळ संबंध आहे. ते म्हणाले, "काय सांगायचं कपाळ! शेवटचा शॉट झाल्यावर बहुतेक मंडळी कपड्यांसह पसार होतात. फार थोडे अपवाद. चांगले चांगले नट त्यांना दिलेले कोट, पँट, शर्ट परत करीतच नाहीत. कपड्यांचा खर्च हा प्रोड्युसर बुडीत खर्चातच धरतो. एकापेक्षा एक चोर आहेत. घरचं कपाट पाहावं त्यांचं कपड्यांचं. दहा-वीस कोट लायनीत हँगरला लावून ठेवलेले असतात. पण सगळे असे मारलेले हं!"

"काय म्हणता काय?"

"खोटं नाही सांगत. काही नट आपल्याच टेलरकडून कपडे परस्पर शिवून घेतात. पैसे निर्मात्यानं भरायचे. एक विद्वान नट पौराणिक चित्रपटांत कामे करतात. ते आपली ड्रेपरी आपणच घेऊन येतात. परत घेऊन जातात. निर्मात्याकडून रोख पैसे काढतात. अन् ही ड्रेपरीही स्वत:ची नाहीच. अशीच मारलेली. एकेक नग आहेत हिंदीत."

नकळत मी मेकअप रूममधील सगळ्या कपड्यांकडे निरखून पाहिले. एकही कपडा न्यावा असे वाटले नाही. मी नेसलेले एक धोतर चांगले होते. पण ते खुद्द दिग्दर्शकाचे होते. त्यांनी मला ते बजावून दिले होते.

■

वेळ असला म्हणजे मी इतर लोकांशी बोलत असे. विनोदी नट डोंगरे दुसऱ्या जमान्यातल्या खूप आठवणी सांगत. भालजी पेंढारकरांच्या जुन्या चित्रपटांची उजळणी होई. दिनकर कामण्णांच्या आठवणी निघत.

स्टुडिओतले कामगार बिचारे सारखे कामाच्या घाईत असत. त्यांच्याशी कधी बोलताच आले नाही. पण त्यांचे कपडे चांगले नव्हते. हरकामी पोरे तर फाटक्या कपड्यांनीच हिंडताना दिसायची. लायटिंगचे काम करणारी माणसे कायमच तासन् तास वर उंच बांधलेल्या फळ्यांवरच बसून राहिलेली दिसत. आम्ही तिथे पोचायच्या आत ते वर चढलेले असायचे. आम्ही निघून गेल्यावर केव्हातरी ते खाली उतरत असतील. एकदा मधे केव्हातरी वेळ होता म्हणून एक पठ्ठ्या वर फळीवरच हाताचे उसे करून शांत झोपी गेला होता. मी अण्णांना सहज हा प्रकार सांगितला तेव्हा ते म्हणाले, "या लोकांचा संबंध सारखा वीजप्रवाहाशी येतो. अपघात होतात. काही वेळेला माणसं मेलीही आहेत. पण त्यांना पगार किती असेल असं तुला वाटतं?"

"किती?"

"पाच नाही तर सात रुपये रोज."

"बास?"

"मग किती असणार? असंच आहे सगळं. ती बाई काल पाहिलीस ना तू? हिरॉइनची केशभूषा करायला मुंबईहून आलेली? तिला रोज चाळीस का साठ रुपये आहेत. दोन तासांचंसुद्धा काम नाही. पण तिला साठ रुपये. तरी मराठी पिक्चर म्हणून साठ. हिंदीवाले शंभर देतात म्हणे. अन् दिवसभर राबणाऱ्या या लोकांना पाच नाही तर सात. सगळीच गंमत आहे झालं!"

स्टुडिओत रोज नाना तऱ्हेची माणसं येत. कुणी शुटिंग बघायला, कुणी इथल्या कुणाला तरी भेटायला. आपल्याला पिक्चरमध्ये काम मिळावं म्हणून धडपड करायला पुरुष येत, बायका येत. बाहेर कुठंतरी बसून राहत. एकदा शंकर पाटील एका बाईकडं बोट दाखवून म्हणाले, "आत्ता बाकावरून उठून गेलेली ही बाई पाहिलीस ना? कोण आहे, कुणास ठाऊक! आपल्या मुलीला घेऊन आलीय. आपल्या मुलीला ती सांगत होती, "अगं, चारचौघांत बसत जा. ओळखी करून घे. त्याशिवाय पिक्चरमध्ये काम कसं मिळायचं तुला?"

"खरं?"

"मी स्वत:च ऐकलं ना बोलणं –"

“चारचौघांत बसत जा. ओळखी करून घे.” म्हणजे काय? काय म्हणायचं होतं त्या बाईला?

माझे मन सुन्न झाले.

रविवारी स्टुडिओत खूप धमाल उडाली होती. नेहमीची गजबज जास्त वाढली होती. सगळीकडे धावपळ, गडबड. मंगल कार्यालयांत आज सीमांतपूजन आणि वाङ्‌निश्चय होता. म्हणजे त्याचे शुटिंग होते. या शिफ्टला आतापर्यंत हिरोला फारसे काम नव्हतेच. तो नुसताच इंग्रजी पुस्तके वाचून वेळ काढीत होता. आज तो सजला. हिरॉईन नटून-थटून आली. सीमांतपूजन असल्यामुळे आम्ही सगळे जावई, लेकी चांगला पोशाख घालून तयार झालो. दोघे व्याहीही भारदस्त पोशाखात आले. सगळी धांदल उडाली. वऱ्हाडी, नातेवाईक मंडळी यांच्यासाठी कोल्हापूरचे एक महिलामंडळ बोलवले होते. दोन मोठ्या गाड्या भरून महिला आणि पोरेठोरे आली. आता मात्र खरेखुरे लग्नमंडपाचे वातावरण दिसू लागले.

त्या दिवशीचा देखावा दृष्ट लागण्यासारखा होता. मधे पूजाविधीचे साहित्य, पाट, आहेराचे कपडे, हार-तुरे, पगड्या घातलेले भटजी, एका बाजूला मुलाचे आईवडील म्हणून उपरणे घातलेले राजाभाऊ आणि नथ घातलेल्या शांताबाई. समोर कर्नाटकी फेटा बांधलेले वधूपिता माडगूळकर आणि तशीच नथ घातलेल्या हसऱ्या चेहऱ्याच्या सुलोचनाबाई. नवरदेवाच्या पोशाखात मुंडावळ्या घातलेला विक्रम गोखले, नाजूक नवरीच्या भूमिकेत इंदुमती पैंगणकर, बाजूला कानडी गड्याच्या पोशाखात शंकर पाटील, राजाभाऊंच्या लेकी म्हणून गुलाब कोरगावकर, सेवा चव्हाण, आशा पाटील आणि जावयाच्या रुबाबात खुर्चीवर बसलेले व्यंकटेश माडगूळकर, राघवेंद्र चौहान आणि राजशेखर आणि अर्थातच मी. मराठी चित्रसृष्टीतल्या कलावंतांचे अभावितपणे भरलेले संमेलनच मी जणू पाहत होतो. सगळीकडे प्रसन्न वातावरण होते. कुणी कंटाळलेले नव्हते. थकलेले नव्हते. हास्याचा मंद सुगंध सगळीकडे दरवळत होता.

मी टक लावून पाहत होतो.

नथ घातलेल्या सुलोचनाबाईंच्या गृहिणी मुखावरचा तो लोभसवाणा गोडवा. शांताबाईंची सात्विक, सोशिक मुद्रा. माडगूळकरांचे भारदस्त गांभीर्य आणि राजाभाऊंचे विलक्षण बोलके डोळे.

कितीतरी मुखांनी मराठी चित्रपटसृष्टी आपला जुन्या वैभवाचा इतिहास सांगत होती. मी नकळत तन्मय झालो होतो. अबोलपणे तो इतिहास डोळ्यांनी वाचीत होतो. जुन्या चित्रपटांच्या अनेक सुखद आठवणी मनात फेर धरीत होत्या. हे दृश्य कधी संपूच नये, असा भाबडा विचार मनात एकसारखा येत होता.

पण तोही सीन केव्हातरी संपला. गर्दी ओसरू लागली. सगळ्या गोष्टी केव्हा तरी सुरू होतात आणि केव्हातरी संपतात. हाही प्रसंग संपला. कार्यालय पूर्ण रिते

झाले. फक्त अनामिक हुरहुरीची एक पाकोळी बराच वेळ घिरट्या घालीत राहिली.

हे चित्रीकरण संपले आणि महत्त्वाचे बरेचसे काम संपलेच. भरती संपली. ओहोटी सुरू झाली. काही लहानसहान प्रसंग राहिले. बऱ्याचजणांची कामे संपली. एकेक निरोप घेऊन जाऊ लागले. मांडवपरतणीचा शीण खराच वाटू लागला. होता होता आम्ही दोघेतिघेच उरलो. मी, अण्णा आणि राजाभाऊ. दुसऱ्या स्टुडिओत एका नव्या सेटवर माझे छोटेसे काम होते म्हणून मी अडकलो होतो. पण रोज भेटणारी मंडळी निघून गेली होती. रोज गजबजून जाणारा स्टुडिओ आता जवळजवळ ओस पडला होता.

मग मात्र काही केल्या करमेना.

रोज दुपारी जेवण झाल्यावर एका नांदुरकीच्या झाडाखाली मी आणि अण्णा थोडा वेळ वामकुक्षी घेत असू. खाली अंथरलेली सतरंजी, वर झाडाची गर्द सावली, त्या गर्द सावलीतूनही तीक्ष्ण भाल्याप्रमाणे खाली घुसून तोंडावर पडणारे सूर्यकिरण. माळावरचा गार वारा, मध्येच एखादी वावटळ. घटकाभर लोळण घेण्यात फार मजा वाटे. इतर लोक होते तेव्हा तेही इथं येऊन बसत. पुढे मात्र आम्ही दोघंच उरलो.

बघता बघता दहा दिवस होऊन गेले होते. रोजच्या कामाच्या घाईत, गप्पागोष्टीत स्टुडिओचे रूप न्याहाळायला वेळच मिळाला नव्हता. आता कुणीच नव्हते. मग मी स्टुडिओच्या उंच इमारतीकडे बघत उगीच बसून राही.

सगळे जुनेपुराणे, रंग उडालेली विटांची इमारत. वर जुनेपाने, थोडे गंजलेले पत्रे. पाठीमागच्या बाजूची गॅलरी ढासळलेली. बंद करून ठेवलेल्या खोल्या आणि त्यांची गंजलेली कुलुपे. आसपास माजलेले रानगवत. एका बाजूला मोडक्या-तोडक्या सामानाचा निरुपयोगी पसारा. नाकीडोळी नीटस असलेल्या पण वयाने दुर्दशा केलेल्या वृद्ध देहाकडे पाहताना जसे वाटते तसे काहीतरी वाटून गेले. मनात विषाद दाटला.

मी अण्णांना म्हणालो, "हा स्टुडिओ फार जुना आहे नाही?"

"फार जुना. बाबूराव पेंटरांची ही कर्मभूमीच. माझी करिअर खरी याच स्टुडिओत सुरू झाली. 'रामजोशी' इथंच नाही का तयार झाला? राजाभाऊसुद्धा इथंच पहिल्यांदा नोकरीला लागले. 'सावकारी पाश' हा मराठीतला गाजलेला चित्रपट इथलाच."

नकळत मी पुन्हा त्या स्टुडिओकडे पाहिले. वारा वाहत होता. माळावरचे गवत हलकेच डोलत होते. सगळीकडे पूर्ण शुकशुकाट होता. उंच पत्र्यावर बसलेल्या चिमण्यांची चिवचिव आमच्यापर्यंत स्पष्ट ऐकू येत होती.

माझ्या प्रश्नाने अण्णांचे मन क्षणभर धूसर झालेल्या भूतकाळात गेले होते.

"मास्टर विनायकांनी 'हंस' कंपनी सोडून 'प्रफुल्ल चित्र' ही संस्था इथंच उभी केली. वरचे माडीवरचे कठडे सगळे त्यावेळचे. बेडेकरांचा 'पहिला पाळणा' इथंच तयार झाला. अरे, परवाचा शांतारामबापूंचा 'पिंजरा'सुद्धा इथलाच की."

'सावकारी पाश' ते 'पिंजरा'... केवढा मोठा काळ. या जुन्या, अवकळा

आलेल्या इमारतीला एवढा मोठा इतिहास आहे? एखादे उध्वस्त साम्राज्यच आपण पाहत आहोत, असे आता मला वाटू लागे. आदर, प्रेम... अनेक भावना माझ्या मनात उचंबळून आल्या.

"मग या वास्तूची देखभाल चांगली व्हायला पाहिजे हो. काय हे!"

अण्णा विषादाने हसले.

"कसली देखभाल आणि काय! सध्या हा स्टुडिओ शांतारामबापूंनी घेतलाय म्हणून चाललाय तरी कसाबसा. पुढच्या वर्षी त्यांचा करार संपणार आहे म्हणतात."

"म्हणजे?"

"अरे, ही सगळी जागा छत्रपती महाराजांच्या खासगी मालकीची आहे. नाममात्र भाड्यानं दिलीये."

"आता करार संपल्यावर काय होईल?"

"लोकांत कुणकुण आहे. छत्रपतीमहाराज या जागेचे प्लॉट्स पाडून विकणार आहेत म्हणतात."

"इतकी जुनी वास्तु नाहीशी होणार?" मला वाईट वाटले.

"कदाचित... पाहू या. माझा विचार आहे महाराजांना यासाठी समक्ष भेटावं. हे असं होऊ नये म्हणून खटपट करावी. विनंती तरी करावी. काय होईल ते खरं."

एवढंच बोलणं झालं. आम्ही दोघेही मग गप्प बसून राहिलो.

शेवटच्या दिवशी दुपारी दुसऱ्या स्टुडिओत नवा सेट तयार झाला. काम थोडेच होते. काम करणारे आम्ही दोघेचौघे आणि तंत्रज्ञ. बाकी आता कुणी उरले नव्हते. शुटिंग संपले तेव्हा संध्याकाळ झाली होती. बाहेर अंधार पडू लागला होता. आसपास गर्द शांतता जाणवत होती. काही न बोलता माडीवर जाऊन मी कपडे उतरले. मेकअप पुसून टाकला. नेहमीचे कपडे घातले. जिना उतरून खाली आलो. पटांगणातून चालता चालता पहिल्या स्टुडिओकडे सहज पाहिले. आतून कसलातरी आवाज येत होता. कुतूहल वाटले म्हणून सहज आत डोकावले. आत बराचसा अंधारच होता. एका लहान दिव्याचा उजेड पडला होता. ज्या सेटवर आम्ही आठ-दहा दिवस हसत खेळत आनंद निर्माण केला होता, तो मंगल कार्यालयाचा सेट स्टुडिओतले कामगार मोडत होते. सुतारांची, कारागिरांची ठोकाठोक चालू होती. सगळे उदास वातावरण होते.

मन सुन्न झाले. सर्वांचा निरोप घेतला. मुकाट्याने कंपनीच्या गाडीत जाऊन बसलो. गाडी बाहेर पडली. सहज मागे वळून पाहिले. त्या अंधारात स्टुडिओचे उंच पत्रे फक्त दिसले. बाकी काही दिसले नाही!

*

पहिला विमान प्रवास

गोमंतकालातील साहित्य संमेलनासाठी मी मुंबईहून गोव्याला विमानाने जाणार आहे हे कळले; तेव्हा विमानप्रवासाची नवलाई नसलेला माझा एक भाग्यवान मित्र मला म्हणाला, ''पूर्वी कधी विमानात बसलाहेस?''

''नाही बुवा. तसा मी पहिलटकरच आहे.'' मी शरमिंद्या मुद्रेने उत्तर दिले.

''तिथं सगळं स्ट्रिक्ट काम असतं. आपल्या एस.टी.सारखं नाही. केव्हाही प्रवासी येताहेत, केव्हाही गाडी सुटते, केव्हाही पोचते.''

''विमानाचं सगळं वेळेवर असतं?'' प्रश्न विचारतानाच माझा चेहरा पडला होता.

''अगदी टाइम टु टाइम! आधी दोन-दोन तास नुसतं रिपोर्टिंग करावं लागतं!''

''रिपोर्टिंग म्हणजे?''

''म्हणजे विमानतळावर जाऊन आपण आल्याची तिथं काऊंटरवर तिकिटं दाखवून वर्दी द्यायची. बॅगाबिगा त्यांच्या ताब्यात द्यायच्या. प्रचंड वेटिंग रूम असते. तिथं जाऊन बसायचं. तुमच्या विमानाची घोषणा झाली की, उठून आत विमानतळावर रांगेनं जायचं. एस.टी.सारखी घुसाघुशी नसते तिथं. विमान लांब उभं असलं तर बसमध्ये बसवून तिथपर्यंत नेतात आपल्याला.''

विमानतळावर विमानापर्यंत पोचविण्यासाठी बसची व्यवस्था असते, हे ऐकून मी चकित झालो. ती कल्पना मला फार हृद्य वाटली. उद्या एस.टी. स्टँडवरही अशाच सुधारणा होतील. एखादं बसस्थानक असंच विस्तीर्ण झालं तर? इतके विस्तीर्ण आणि प्रचंड की विमानाने आपल्याला बसपर्यंत पोचवीत आहेत, असे रम्य चित्र क्षणभर माझ्या डोळ्यांसमोरून तरळून गेलं.

त्या दिवशी माझ्या त्या मित्राने विमान-प्रवासातील अनेक महत्त्वाच्या गोष्टी मला अगदी समजावून सांगितल्या. त्यावरून पुन्हा एकदा मला समजले, की विमानप्रवासासारखी मजा नाही. सगळे कसे वेळेवर अन् टिपटॉप. लांबच्या ठिकाणीसुद्धा अगदी वेळेवर पोचायचे. जो थोडा वेळ आपण विमानात घालवतो तो वेळही छान

जातो. खिडकीतून बाहेरचा रम्य निसर्ग पाहायचा. सगळे कसे वातानुकुलित. आरामशीर आसने. मुख्य म्हणजे वायुसुंदरी नावाची विमानातील सेविका फारच प्रेमळ असते. ही किन्नरी चॉकलेट्स, एखादे पेय, खाद्यपदार्थ – असल्या वस्तू फार तत्परतेने आपल्याला आणून देते. शिवाय ती फारच आदबशीर पद्धतीने बोलते आणि वागते. विवाहित पुरुषांना तर त्यामुळे भलताच आनंद होतो. बायका इतक्या आदबशीर पद्धतीने वागू शकतात, हे एरवी त्यांना खरे वाटत नाही. पण विमानात तो अनुभव त्यांना प्रत्यक्ष येतो.

मित्राने दिलेली उपयुक्त माहिती ऐकली आणि केव्हा एकदा विमानात बसतो असे मला होऊन गेले. संमेलनाचे निमंत्रण स्वीकारण्याचे मुख्य आणि महत्त्वाचे कारण तेच होते. आपण विमानाने उडत-उडत प्रवास करणार ही कल्पनाच कितीतरी दिवस मला गुदगुल्या करीत होती.

विमानाने प्रवास करणे ही गोष्ट आता काही मोठी कौतुकाची राहिलेली नाही, हे खरे आहे. परदेशात जातानाच नव्हे, तर देशातल्या देशात प्रवास करतानाही अनेक मंडळी विमानानेच उडत जातात. मोठमोठे राजकीय पुढारी, मंत्री, चित्रपट अभिनेते आणि अभिनेत्री, क्रिकेटसारख्या खेळातले भिडू हे विमानानेच नेहमी हिंडत असतात. त्यांना या प्रवासाचे कसले आले आहे कौतुक? ही मंडळी थोरच यात शंका नाही. पण तुम्ही-आम्ही सामान्य माणसे. रेल्वेच्या प्रथमवर्गाचीही आपल्याला अपूर्वाई. एस.टी. बस हेच आपले खरे वाहन. शिवाय या एस.टी.चे नाव जरी 'बस' असले तरी ही गोष्ट आपल्या नशिबात कुठून? केवळ बड्या लोकांचेच हे स्वर्गीय वाहन. आपण फक्त त्यातला थाटमाट, गंमती ऐकायच्या आणि केव्हातरी एकदा विमानाने प्रवास करण्याचे स्वप्न मनाशी बाळगायचे. यापेक्षा अधिक काही नाही. एखादे विमान घरावरच्या आभाळातून गुरगुर करीत गेले, म्हणजे बाहेर येऊन कुतूहलाने ते पाहत राहायचे. आता हल्ली विमान पाहायला मी घराच्या गच्चीत येत नाही. पण बाहेर येऊन पाहावे असे एकदा तरी वाटून गेलेले असते.

औरंगाबादला असताना मी पहिल्यांदा नुसता विमानतळ नावाचा प्रकार पाहिला. नुसता विमानतळ नव्हे, तर प्रत्यक्ष विमान भूमीवर उतरत असताना पाहिले आणि अंगावर आनंदाचा काटा आला. बघता बघता विमान चकरा घेऊन खाली उतरले, वेगाने धावत जाऊन थांबले आणि काही मिनिटांत आतली मंडळी विमानाला लावलेल्या शिडीवरून खाली उतरूही लागली. ते पाहून मला जे काही विलक्षण वाटले ते शब्दांतून सांगणे अशक्यच. जणू पुराणकाळातला एखादा 'चित्तचक्षू-चमत्कारिक' प्रकारच आपण प्रत्यक्ष पाहतो आहोत, अशी माझी अवस्था झाली. माझ्या विस्फारलेल्या डोळ्यांकडे बघून ते कुणीही सांगू शकला असता. नंतर आणखी एक-दोन वेळा विमानतळावर जायचा पुढे प्रसंग आला आणि हे कौतुक

ओसरले म्हणा. एकदा तर गावातली एक रिक्षा भरधाव वेगाने आली आणि विमानतळावर तशीच घुसली. धावपट्टीवर उभ्या असलेल्या विमानालाच या रिक्षाने जोरदार ठोकर मारली. त्यामुळे मुंबईला परत जाण्याच्या तयारीत असलेले ते विमान नादुरुस्त झाले आणि त्या दिवशीचे त्याचे उड्डाण रद्दच झाले. हा प्रसंग घडलेला ऐकला तेव्हापासून विमान या वस्तूबद्दलचा दबदबा पुष्कळच कमी झाला. विमानतळावर भटक्या गायीही हिंडत असतात आणि त्याही विमानाची पडझड करण्यास साहाय्य करतात. हवेत एखादे गिधाड विमानावर आदळते आणि तेही या विमानाचा कटीपतंग करून टाकते याही गोष्टी पुढे पुढे कळत गेल्या. मग मात्र 'विमान' या शब्दाचे फारसे काही वाटेनासे झाले.

हे सगळे खरे असले तरी विमानात बसण्याचे स्वप्न कायम होते. बेळगावच्या विमानतळावर विमानात शिरून भीत भीत आत डोकावले होते. कॉकपिट नावाचा प्रकारही दुरून न्याहाळला होता. पण विमानप्रवास तो विमानप्रवास! नुसते विमान पाहून त्याची सर कशी येईल? ते स्वप्न केव्हातरी प्रत्यक्षात येईल का? तो रोमांचकारक अनुभव आपण कधीतरी प्रत्यक्ष घेऊ का....?

सांताक्रूझच्या विमानतळावर येताना हेच विचार मनात येत होते.

त्या विस्तीर्ण प्रतिक्षालयात बसलो तेव्हा खरंच माझी छाती धडधडत होती. दबकल्यासारखे झाले होते. एस.टी.च्या बसने, नाहीतर रेल्वेच्या दुसऱ्या वर्गाने प्रवास करणारे आपण. इथला डामडौल, चकचकाट आणि नियमितपणा आपल्याला कसा मानविणार? एका बाजूला सारखी ही धाकधूक, तर एक अननुभूत अनुभव आज आपण घेणार या कल्पनेने मोहोरलेले मन.

आम्ही दहा-साडेदहा वाजताच विमानतळावर दाखल झालो होतो. विमानाची वेळ बहुधा साडेअकराची असावी. काटा साडेअकराकडे झुकूल लागला तेव्हा पुन्हा मन धडधडू लागले. असे वाटले की आता घोषणा होणार, आपण विमानात जाऊन बसणार की लगेच विमान सुटेल. दहा-पंधरा मिनिटांत सगळे होईल.

पण बारा वाजून गेले तरी गोव्याच्या विमानाची घोषणा काही होईना. चौकशी केल्यावर कळले की, काहीतरी किरकोळ बिघाड आहे. होईल थोड्या वेळात दुरुस्ती.

अखेर साडेबाराच्या सुमारास घोषणा झाली की वास्कोचे विमान तयार आहे. उतारूंनी रांगेने आत यावे.

आम्ही उत्साहाने उठलो. घाईघाईने रांगा लावल्या. आत विमानतळावर गेलो. विमान जवळच उभे होते. त्यामुळे चालतच जाऊन शिडी चढून वर गेलो. आपले आसन शोधून बसलो.

"आता सुटलेच विमान... दहाबारा मिनिटांत." कुणीतरी आश्वासक स्वरात सांगितले.

''म्हणजे विमानालाही एस.टी.सारखा उशीर होतो तर!'' मी शेजारच्या गुजराती प्रवाशाला मोडक्या तोडक्या हिंदीत विचारले. हिंदी मातृभाषा नसलेल्या कुठल्याही माणसाशी मी बेधडकपणे हिंदीत बोलू शकतो.

तो माणूस भडकलाच.

''एस.टी.?... ती बरी. पण ही इंडियन एअरलाइन्सची विमानं नकोत असं झालंय. एस.टी. निदान सुटण्याची तरी खात्री असते. या विमानाचं काही सांगता येत नाही.''

त्याची बत्तीशी बरोबर वठलीच. पाच-दहा मिनिटांत कसला तरी घुर्रर्र... आवाज सुरू झाला आणि पुन्हा बंद पडला. 'हा वातानुकुलित यंत्राचा आवाज' असे कुणीतरी म्हणाले. तो पुन्हा सुरू झाला आणि पुन्हा बंद झाला.

थोडा वेळ असाच गेला. आम्ही चुळबुळ करीत बराच वेळ बसलो. पण किती वेळ बसणार? चुळबुळ नावाची क्रिया अर्धा-अर्धा तास करणे अशक्य असते. अर्ध्या तासाने मग घोषणा झाली,

''विमानात बिघाड आहे. दुसऱ्या विमानाची व्यवस्था होईपर्यंत उतारूंनी पुन्हा प्रतीक्षा-कक्षात जाऊन प्रतीक्षा करावी.''

प्रवाशाला उतारू का म्हणतात, ते त्या दिवशी मला नीट समजले. उतरणे एवढेच बिचाऱ्याच्या हाती असते. पुन्हा आम्ही त्या विमानातून खाली उतरून प्रतीक्षा-कक्षात जाऊन बसलो. उशीर झाल्यामुळे त्यांनी भरपेट खायला देण्याची व्यवस्था मात्र केली होती. पण वास्कोत उतरल्यावर लगेच एका उत्तम हॉटेलात जेवणाचा बेत ठरला होता. हे इथं खाल्ल्यावर जेवण कसले जाणार?... निदान मला तरी ते खाणे गेले नाही.

असा एक तास गेल्यावर पुन्हा घोषणा झाली.

''गोवावाले विमान तयार. विमानतळावर चला.''

पुन्हा तीच पळापळ. पुन्हा आम्ही विमानतळाच्या आत गेलो. या खेपेस विमान दूर उभे होते. बसने विमानापर्यंत जाण्याचा अनुभव घेतला आणि पुन्हा शिडी चढून वर गेलो. आसनस्थ झालो, सुटकेचा निःश्वास टाकला.

वातानुकुलित यंत्र सुरू झाले. मग विमानाच्या यंत्राचाही प्रचंड आवाज सुरू झाला आणि अखेर त्या धावपट्टीवरून पळत, गती वाढवत सुटले एकदाचे आमचे विमान!

पन्नास मिनिटांत वास्कोला उतरलो तेव्हा दुपारचे दोन वाजून गेले होते. आमची सगळी भूक खलासच झाली होती. पण पहिल्या विमान प्रवासात मला ज्या महत्त्वाच्या गोष्टी कळल्या त्या अशा –

(१) विमान आणि एस.टी. या दोन वाहनांत आपल्याकडे तरी फारसा फरक

नाही. एस.टी.प्रमाणेच आपले विमानही केव्हाही बिघडते, केव्हाही सुटते आणि केव्हाही पोचते. फरक एवढाच की, एस.टी.ची. बस रस्त्यावरून धावते आणि विमान आभाळातून जाते.

(२) एस.टी.प्रमाणे विमानालाही गर्दी असते. फक्त विमानात प्रवासी उभे राहण्यास परवानगी नाही एवढेच. कालांतराने हीही सुधारणा करता येण्यासारखी आहे.

(३) विमानातील किन्नरी किंवा वायुसुंदरी या अनेक असतात. त्यातील एखादीच लक्ष वेधून घेणारी असते. बाकीच्या आपल्या असतात. पण सगळ्याच मख्ख चेहेऱ्याने वावरतात. आपल्याकडे पाहून हसत वगैरे नाहीत. त्या (आपल्याच खर्चाने) आपल्याला चॉकलेट आणि पेय देतात.

(४) विमान वर जाताना आणि खाली उतरताना तुमच्या आसनाच्या दोन्ही बाजूला असलेले पट्टे तुमच्या पोटावर तुम्हीच आवळायचे असतात. काही वेळेस शेजारच्या प्रवाशाचाच एक पट्टा तुम्ही तुमच्या पोटावर आवळता आणि त्यामुळे तो पुन्हा विमानकंपनीच्या नावाने ठणाणा करतो.

(५) विमानातील खिडकीजवळ बसले की बाहेरचा रम्य देखावा वगैरे दिसतो हे साफ खोटे आहे. खालचा देखावा रम्य असतोच असे नाही. असला तरी बऱ्याचशा खिडक्या विमानाच्या पंख्याच्या कक्षेत येतात. त्यामुळे आपल्याला बाहेर फक्त पंखाच दिसतो. बऱ्याच वेळा बाहेर ढगच ढग असतात. त्यामुळे पंखा नसेल तर ढगच फक्त दिसतात.

(६) विमानातून उतरताना एखादी सुंदर किन्नरी तुमच्याकडे पाहून हसून दात दाखविते आणि नम्रतेने तुम्हाला नमस्कार करते. पण तुम्ही गैरसमज करून घेता कामा नये. कारण विमानातले दोनशे लोक खाली उतरेपर्यंत ती तशीच हसत असते. सगळे खाली उतरल्यावर ती खरेखुरे हास्य करते आणि महत्त्वाची गोष्ट – दरवेळी अशा किन्नरी भेटतीलच असे नव्हे. एखाद्या वेळेस मिशाळ यक्षही भेटतो आणि तुमचा उरलासुरला आनंदही नाहीसा होतो.

✳

गावाकडचे डोहाळेजेवण

गावात जेवणावळी, लग्ने ही जशी थाटात, हौसेमौजेने होत तशीच डोहाळेजेवणेही फार कौतुकाने होत. लग्नातले जेवण आणि डोहाळेजेवण यातील बारीक फरक फार लहानपणीच माझ्या ध्यानात आला होता. लग्न हे पुरुष आणि बाई यांचे मिळून होते. आधी लग्न होते आणि मग डोहाळे लागतात. पण लग्न जरी दोघांचे मिळून असले तरी डोहाळे मात्र एकट्या बाईलाच लागतात – या सगळ्या महत्त्वाच्या गोष्टी अगदी शाळकरी वयातच मला समजल्या होत्या. (अर्थातच हा क्रम उलटासुलटाही कधी कधी होत असे. शाळेत असतानाच बडव्यांचे एक चिरंजीव आमच्या वर्गात होते. ते त्याच वेळी विवाहित होते. त्यांच्या बायकोला आधी डोहाळे लागले आणि त्यामुळे त्यांचे इतक्या लवकर लग्न झाले, अशी अद्भुत वार्ता आमच्या पोरासोरांच्या कानावर आली होती. त्यामुळे आम्ही फार आदराने त्या वर्गबंधूकडे कित्येक दिवस पाहत होतो. ते असो.) तर मुद्दा असा की, डोहाळे हा बायकांचा विषय. त्यातून ती बाई पहिलटकरीण असली तर मग विचारायलाच नको. पहिले पाच-सात महिने उलटून तिचे भावी मातृत्व निश्चित झाले की, डोहाळेजेवणाची गर्दी उडायची. दिवसातून पाच-पाच, सहा-सहा ठिकाणी तिला या कार्यक्रमासाठी निमंत्रणे यायची आणि तिचा अगदी पिट्टा पडायचा. अहो, प्रत्येक ठिकाणी ती काय आणि किती खाणार? पुढे पुढे तर तिने फक्त पानावर बसून त्या समोरच्या पदार्थांना फक्त हात लावायचा आणि बाकीच्या बायकांनीच तिच्या नावावर चापून खायचे, असेच होत असे. खाऊन खाऊन तिला बिचारीला अजीर्ण व्हायचं. बरं, त्या वेदनेतून तिने ओकारी काढली तर ते गर्भारपणाचेच एक गोड लक्षण म्हणून पुन्हा आनंदीआनंद व्हायचा. आमच्या नात्यातल्या एका तरुण मुलीवर तर या डोहाळेजेवणाचा इतका भडिमार झाला की, काही विचारू नका. अजीर्ण होऊन तिने अंथरूण धरले, तरी हा मारा थांबेना. शेवटी डॉक्टरांनीच मध्यस्थी केली. या सततच्या कार्यक्रमांमुळे तिलाच नव्हे, तर तिच्या पोटातल्या लहानग्या बाळालाही अजीर्ण झाले आहे असे जेव्हा त्यांनी निक्षून सांगितले तेव्हाच तिच्या पाठीमागचा हा ससेमिरा थांबला.

गाव तसे गरीब. फार तर सुखवस्तू म्हणा. श्रीमंतांची घरे थोडीच. त्यामुळे डोहाळेजेवण असा भारदस्त शब्द असला तरी बेत काही जेवणाचा नसे. या कार्यक्रमात दोनच पदार्थ ठरलेले – लाडू आणि चिवडा. रव्याचे किंवा बेसनाचे लाडू आणि चुरमुऱ्याचा चिवडा किंवा भडंग. बस्स! हे दोन पदार्थच मोठ्या डब्यात घालून न्यायचे आणि एखाद्या चांगल्या ठिकाणी जाऊन त्या गरोदर बाईच्या साक्षीने सर्वांनी खायचे. सर्वांनी म्हणजे बायका आणि पोरे. पुरुषांचा यात काही सहभाग नसे. पुरुष असलेच तर ते घरातले – आणि कार्यक्रमात मदत करण्यापुरते. बाकी सगळे स्त्री-साम्राज्य. गाव दुष्काळी मुलुखातले. त्यामुळे या कार्यक्रमासाठी रम्य ठिकाणे तशी शोधूनच काढावी लागत. नदीपलीकडचा गुजरघाट हे असेच एक (त्यातल्या त्यात रम्य) ठिकाण. होडीत बसून पंधरा-वीस फूट रुंदीचे पात्र ओलांडणे हाही एक रोमांचकारी अनुभव असायचा. या गुजरघाटाची आणखी एक मौज अशी होती की, त्याची वरची फरसबंद सपाटी नदीकडेच्या बाजूला उतरती होती. त्यामुळे तेथे वर्तमानपत्राच्या चतकोर तुकड्यावर लाडू आणि चिवडा वाढला की, मोकळ्या वाऱ्यामुळे चुरमुऱ्याचा चिवडा भुरू भुरू उडू लागे आणि ते कडकबंद लाडू एखाद्या चेंडूसारखे फरशीवरून घरंगळत घाटाच्या पायऱ्यांपर्यंत जात आणि प्रत्येक पायरीवरून टणटण उडी मारून खाली नदीच्या पाण्यात बघता बघता अदृश्य होत. चुरमुरे हवेत भुरभुरताहेत, लाडू घरंगळताहेत आणि ते पकडण्यासाठी बायकांची पळापळ चालली आहे, असा नयनमनोहर देखावा अजूनही मला आठवतो आणि मन सद्‌गदित होते.

नाव आणि बाग ही आणखी दोन ठिकाणे. नावेत बसून लाडू-चिवडा खाल्ला की, गर्भारशीला नाव केली म्हणायचे आणि गावाच्या मध्यभागी नगरपालिकेने बाग नावाचे एक ठिकाण तयार केले होते. नगरपालिकेची बाग असली तरी तेथे काही झाडेझुडपेही लावलेली होती. थोडासा गारवाही होता. त्या बागेच्या मध्यावर एक वर्तुळाकार बंदिस्त जागा होती. त्या ठिकाणी लाडू-चिवडा खाल्ला की, त्या बाईला बाग केली म्हणायचे. लहानपणी आईच्या मागेमागे मांजरासारखे जात अशा अनेक बागा आणि नावा अनुभवल्या. त्याचा आनंद काही वेगळाच....!

अशा सगळ्या गोष्टी असल्या तरी गावाची रसिकता फार दांडगी. आपले डोहाळेजेवणसुद्धा गाजले पाहिजे अशी ईर्षा असायची. बायकांनी गुपचूप एके ठिकाणी जमायचे आणि काय असेल ते हादडून परत यायचे असा रूक्ष मामला नव्हता. डोहाळेजेवणाला जाताना घरापासून ते त्या रम्य ठिकाणापर्यंत गर्भारशी बाईची मिरवणूक निघायची. दोन्ही बाजूला दोन अब्दागिरी आणि मधे हिरवेगार लुगडे नेसलेली ती तेजस्वी पहिलटकरीण. बाजूला अनुभवी बायका, अननुभवी पोरीबाळी यांचा घोळका. अशी ती मिरवणूक निघायची. निरनिराळ्या जातीत पुन्हा निरनिराळ्या पद्धती. एका श्रीमंत समाजात तर त्या गरोदर तरुण मुलीबरोबर तिचा नवराही

चालत असायचा आणि मधून मधून आपल्या बायकोकडे कटाक्ष टाकीत मोठ्या अभिमानी मुद्रेने तो रस्त्यावरच्या पब्लिककडे पाहत चालायचा. पब्लिकलाही त्या वेळी त्याच्याविषयी कौतुकमिश्रित आदर किंवा आदरमिश्रित कौतुक वाटायचे. परत येतानाही सगळ्यांनी मिरवणुकीने परत यायचे. रात्र झाली असली तर एक-दोन बत्त्या घेतलेल्या कामकरी बाया बरोबर ठेवून त्या उजेडात दिमाखाने परत यायचे.

मला आठवते, एकदा अशीच एक डोहाळेजेवणाची मिरवणूक परत येत होती. ती गरोदर बाई, भोवताली बायका-पोरींचा घोळका हा देखावा तर नेहमीचाच होता. पण एक तरुण पुरुष बत्ती खांद्यावर ठेवून त्यांच्याबरोबर मोठ्या दिमाखात चालत होता. ते पाहून मला जरा कुतूहल वाटले. सहसा अशा मिरवणुकीत पुरुष हा प्राणी इतक्या निर्धास्तपणे या घोळक्यातून चाललेला मी कधी बघितला नव्हता. म्हणून कुतूहलाने मी मित्राला विचारले,

"अरे, हा कोण बत्तीवाला बुवा मधेच घुसलाय?"

मित्र म्हणाला, "म्हणजे? तुला नाही माहीत?"

"नाही बुवा. काय?"

"फार चांगला माणूस. अन् फार हौशी पुन्हा –'"

"म्हणजे?"

"कमाल आहे तुझी. अरे तो या गर्भारशी बाईचा नवरा आहे."

"नवरा? खांद्यावर बत्ती घेऊन?" मी तोंडाचा 'आ' केला.

"मग काय करणार? घरी ही दोघंच नवराबायको. बायकोला डोहाळे लागले. नात्यातली माणसं फारशी कुणी नाहीत गावात – त्यानंच डोहाळेजेवण ठरवलं. त्यानंच बायकांना निमंत्रणं केली. सगळा मंगल समारंभ पार पडला. अन् आता अंधार पडला म्हणून स्वत:च दुकानातून भाड्यानं बत्ती आणली अन् स्वत:च खांद्यावर बत्ती ठेवून बायकांना वाट दाखवतो आहे. अरे, हौसेला मोल नाही बाबा...."

■

डोहाळेजेवणाच्या या थरारक कार्यक्रमात मुख्य कार्यक्रम खाण्यापिण्याचा असे हे तर खरेच! पण इतरही काही गोष्टी असत. त्या पहिलटकरणीला नवे लुगडे-चोळी दिली जाई. डोहाळ्याची गाणी म्हटली जात. तोपर्यंत लाडू-चिवडा दिला जात नसे. पानावर हे पदार्थ वाढले तरी ते खायला बंदी असे. आम्हा पोरांच्या दृष्टीने तोच फार अडचणीचा भाग असे. डोहाळेजेवणाची ही गाणी म्हणणाऱ्या काही बायका ठरलेल्या असायच्या. त्या जर त्या कार्यक्रमाला उपस्थित असल्या म्हणजे लाडू-चिवडा लवकर काही पोटात जात नसे. काही बायका तर या गाण्यातली कडवी घोळून घोळून म्हणत. आमच्या नात्यातली दामूअण्णांची सुंदराबाई ही तर फारच बहाद्दर बाई होती. तिने एकदा तोंड उघडून गाणे म्हणायला सुरुवात केली की सगळ्यांच्या

– निदान आम्हा पोराठोरांच्या जिवाचा थरकाप व्हायचा. तिचे गाणे इतके लांबलचक असायचे आणि ती ते इतके घोळून घोळून म्हणायची की बस्स...! विचारता सोय नाही. गरोदर बाईच्या सगळ्या अवस्थांचे आणि अनुभवांचे वर्णन त्यातून व्हायचे. 'पहिले माशी' असे म्हणून पहिल्या महिन्यापासून ती सगळे वर्णन करू लागायची आणि इकडे आम्ही गर्भगळीत व्हायचे. मग दुसरे माशी म्हणून दुसरे कडवे. मग तिसरे माशी, चौथे माशी... हे माशी काय प्रकरण आहे हे बरेच दिवस मला माहीतच नव्हते. इतक्या माशांचा ही बाई का उल्लेख करीत असावी याचा अचंबा वाटे. अशा नऊ माशा वारून टाकल्या म्हणजे मग ती थांबायची आणि सगळ्यांना हायसे वाटायचे. हे माशांचे गाणे निदान अर्धा तास तरी चालत असावे. संगीतात जसा 'बडा ख्याल' नावाचा एक प्रकार असतो ना, तसा डोहाळेगीतात तिचा हा 'बडा ख्याल' असायचा. सुंदराबाई आल्याहेत म्हटल्याबरोबर आम्ही मुलेच काय पण पोरीबाळींच्या मुद्रेवरदेखील घबराट दिसायची. या सुंदराबाईंनी म्हणे एकदाच फक्त डोहाळेजेवणात हा बडा ख्याल गायला नाही. जेव्हा त्यांना स्वत:ला डोहाळे लागले होते त्या वेळी....!

या कार्यक्रमात मुख्य नायिकेला फुलांचा साज चढवीत. तिच्या हातात धनुष्यबाण देत आणि झोपाळ्यावर बसवून फोटो काढीत. हा कार्यक्रम फारच बहारदार होई. पुरुष वर्गालासुद्धा या कार्यक्रमाचे आकर्षण वाटायचे. आमच्या गावात नगरपालिकेचे एक तरुण सदस्य होते. व्यापारी समाजातले असल्यामुळे गर्भश्रीमंत. घरी पैशाला तोटा नव्हता. एकच दु:ख होते. लग्न होऊन दहा-बारा वर्षे झाली तरी पोटी संतान नाही म्हणून नवरा-बायको दोघेही फार कष्टी होते. पुष्कळ डॉक्टरी उपाय झाले, अंगारे-धुपारे झाले. तीर्थयात्रा झाल्या, नवस झाले. पण काही उपयोग झाला नाही. शेवटी कसे दैव फळफळले कुणास ठाऊक, पण त्या बाईंना दिवस गेले. दहा-बारा वर्षांनी घडलेली मंगल गोष्ट. साहजिकच आनंदीआनंद झाला. मग हळूहळू डोहाळेजेवणाचे दिवस आले. घरी पैशाला काहीच कमतरता नव्हती. गर्भश्रीमंती मामला. मग हौसेला काय विचारता महाराज! रोज थाटामाटाची डोहाळेजेवणे, घरोघरची निमंत्रणे, अंधारातली चोळी, नावेतली चोळी. नाव झाली, बाग झाली.

दुसरे एक हौशी नगरपिते मला ही सगळी हकीकत सांगत होते. ते म्हणाले,

"आम्ही काय गंमत केली ठाऊक आहे?"

"कसली गंमत?"

"म्हटलं, बायकांची डोहाळेजेवणं, नाव अन् बाग हे तर चाललंच आहे. ते नेहमीचंच आहे. त्याचं काय विशेष कौतुक? बायकांचं कौतुक तर कुणीही करेल. आपण या पठ्ठ्याचं जरा कौतुक करू या की –"

"म्हणजे?"

"म्हटलं आपण पुरुषाचं डोहाळेजेवण करू. किती वर्षांनी बायको गरोदर राहिली. शाबास पठ्ठे! म्हणून आम्ही सगळ्या मित्रमंडळींनी त्याला बाग केली –"

"आँ?" आश्चर्याने मी तोंड फाकले.

"मग सांगतो काय? श्रीखंड-पुरीचा बेत तर केलाच. पण या गड्याला आम्ही पोशाखाचा आहेर केला. गळ्यात कमालखानी हार घातला. डोक्यावर फुलांचा मुकुट, धनुष्यबाण हातात, अशा पोझमध्ये त्याला झोपाळ्यावर बसवला अन् झोके दिले. महाराज-फोटो काढले. मस्त मजा केली... हा: हा:..."

अशा एकेक गंमती!

■

आता जेवणाची पुष्कळ निमंत्रणे येतात. कधी जातो, कधी जात नाही, आता त्याचे काही कौतुक राहिले नाही. पण डोहाळेजेवणाचे निमंत्रण मात्र येत नाही, याची रुखरुख अजूनही वाटते.

*

घोड्यावरचा सत्याग्रह

लग्नसराई नुकतीच संपली. घरोघरचे पाहुणे आता आपल्या बिऱ्हाडी पोचले आहेत. मंगलकार्यालयांनी हुश्श म्हणून सुस्कारा सोडला आहे. येष्टीचे तळ आणि रेल्वेची स्थानके या ठिकाणी दिसणारी आणि धावणारी गर्दी आता बरीचशी ओसरली असावी. आता पार पडलेल्या लग्नकार्याचा बरा-वाईट ताळेबंद तेवढा वऱ्हाडी मंडळींच्या ओठावर घोळत असेल. परवाच पुण्याजवळ घडलेली एक सुरस कथा ऐकली. लग्नाच्या वेळी मंडपात मंडळी जमली. मुलीकडच्या मंडळींनी सगळी जय्यत तयारी करून ठेवलेली. मुहुर्ताची वेळ होत आली तरी नवऱ्यामुलाचा पत्ता नाही. परगावाहून येणारे वऱ्हाड. आत्ता येतील मग येतील म्हणून वधूपक्षाने शेवटपर्यंत वाट बघितली. पण नवरदेव आलेच नाहीत. इकडे लग्नानंतरच्या जेवणावळीची सगळी सिद्धता झालेली.

मुहुर्ताची वेळ तर टळलीच. शेवटी मुलीच्या बापाने हात जोडून सगळ्यांना सांगितले,

“मंडळी, सोयऱ्यांचं लक्षण काही नीट दिसत नाही. नवरा मुलगा येईल न येईल. पण जेवायची सगळी तयारी झालीये. आपण मंडळी खोळंबून बसलाय हे लगीन तर आता होत नाहीच. पण आपण सगळे जेवण करा अन् मग घरोघर जा.”

जमलेल्या मंडळींना अवघड वाटले असणारच की हो! नवऱ्याचा ठावठिकाणा नाही, लग्नाचा पत्ता नाही अन् आपण बुंदीचे लाडू हाणायचे आणि घरोघर जायचे? छे: छे:! हे बरे तरी दिसते का? पण करणार काय? इकडे वधूपित्याचा सारखा आग्रह आणि दुसरीकडे जेवायची वेळ झालेली. भूक सपाटून लागलेली असणार. शेवटी त्यांचाही निरुपाय झाला असावा. जेवणे झाली. सगळी मंडळी अक्षता न टाकताच जेवली बिचारी अन् ढेकर देत देत घरोघर गेली. ते तरी बिचारे काय करतील? अंतकाळापेक्षाही मध्यान्हकाळ वाईट असतो म्हणतात ते काही खोटे नाही.

नवरामुलगा का आला नाही याचे कारण नीटसे कळले नाही. पण काही

हुंड्यापांड्यावरून बिनसले असे म्हणतात. आपल्या लग्नातील हे हुंडा प्रकरण नेहमीच नाट्यपूर्ण असते. 'हुंडा' हा शब्दच ज्वालाग्राही आहे. केव्हा भडका उडेल याचा नेम नाही. हा व्यवहार पूर्णपणे रोखीचा असतो आणि तो लग्नाच्या वेळी पुरा झालाच पाहिजे असा कायदा आहे. काही चाणाक्ष वरपक्षीय तर लग्नाच्या आधीच ही हक्काची खंडणी वसूल करतात. त्यांचे अभिनंदन करावे तेवढे थोडेच आहे. इकडे हुंडा नको म्हणायचे आणि सासऱ्याकडून मालकीचा फ्लॅट, कार-स्कूटर, टी.व्ही. सेट, फर्निचर असल्या गोष्टी उपटायच्या हा शहरी ढोंगीपणा आमच्या ग्रामीण मंडळींत नाही. सगळे काम रोखठोक. हुंडा दिला नाही तर लग्नालाच उभे राहायचे नाही, हा त्यांचा बाणेदारपणा तर वाखाणण्याजोगा आहे. बापाला हुंडा देता येत नाही म्हणून स्नेहलता नावाच्या बंगाली मुलीने स्वत:ला जाळून घेतले होते म्हणतात. आमच्या पुरुषांतही असे वीर आहेत. हुंडा मिळाला नाही तर हे वीरही आत्मदहन करायला मागे-पुढे पाहणार नाहीत.

पण हुंड्यासाठी सत्याग्रह करणारे वीर मात्र परवा पाहिले! अन् हा सत्याग्रहसुद्धा साधा नाही, घोड्यावर बसून! गोष्ट ऐकली आणि धन्य धन्य वाटले.

आमच्या गावचीच गोष्ट आहे आणि फार जुनी नाही. अगदी परवा परवा घडलेली. म्हणजे गंमत काय झाली, लग्न ठरले आणि घरच्या दहा-पाच लोकांना घेऊन नवरदेव आमच्या गावात आला. मुलगी गावातली. साहजिकच लग्न गावीच! मुलीनेच पुढाकार घेऊन हे प्रकरण जुळवले होते. नातेवाइकांनी थोडीशी प्राथमिक बोलणी वगैरे केली होती. त्याप्रमाणे लग्नाची तयारी झालेली. लग्नाची वेळ झाली. पद्धतीप्रमाणे लग्नाच्या आधी मारुतीला जाऊन मांडवाच्या ठिकाणी यायचे. नवरदेवासाठी घोडा आणला होता. घोड्यावर बसून नवरदेव ताशा, वाजंत्री, बँड यांच्या तालावर मारुतीच्या दर्शनाला गेले. दर्शन घेऊन त्याच थाटात लग्न ज्या मठात लागणार होते त्या मठाच्या प्रवेशद्वारापाशी रस्त्यावर येऊन दाखल झाले. आता घोड्यावरून खाली उतरायचे आणि मठात जायचे. मुलगी गावातली असल्यामुळे पुष्कळ गावकरी मंडळी आली होती, येत होती. घडशी लोकांचा बँड वाजत होता. पोरेठोरे जमा झाली होती. झकपक कपड्यांत बायकांची लगबग चाललेली. एवढ्यात मठाच्या दाराशी नवरदेवाचा घोडा आला. घोडा धरून पुढे चालणाऱ्याने घोडा थांबवला. उतरण्यासाठी म्हणून नवरदेवाकडे वर हात केला.

पण नवरदेव घोड्यावरून खाली उतरायला तयारच होईनात....

वधूपक्षाकडील एक कार्यकर्ते अजीजीने म्हणाले, ''भावजी, उतरा ना घोड्यावरनं. चला लवकर. मुहुर्ताचा टाईम झालाय.''

पण भावोजी घोड्यावरनं उतरेनात. त्यांनी फक्त नकारार्थी मान हलवली.

''अहो, पण काय झालं काय? का नाही उतरत?''

"हुंडा देतो म्हणाले. अजून नाही दिला. हुंड्याची रक्कम आधी मोजा, तर खाली उतरतो."

काहीतरी हुंडा ठरला होता. तो द्यायची ज्यांनी थोडीफार जबाबदारी घेतली होती ते गृहस्थ म्हणाले,

"लग्न होऊन तुम्ही परत निघेपर्यंत काहीतरी व्यवस्था करतो हुंडा द्यायची. पण तुम्ही आधी घोड्यावरनं खाली उतरा आणि लग्नाला चला –"

असे ते भावजींना सांगू लागले. पण भावजी आपला हट्ट अजिबात सोडेनात. त्यांचा आपला एकच घोशा -

'हुंड्याचे पैसे आधी पाहिजेत कॅश... तर खाली उतरतो.'

आता काय करावे? हे एक मोठे लचांडच झाले. मुलीची सगळी नातेवाईक मंडळी घोड्याजवळ गोळा झाली. सर्वांनी हात जोडले. आजच्या दिवसात पैशाची काहीतरी व्यवस्था करतो, नक्की देतो. पण तुम्ही आधी उतरा, म्हणून तीनतीनदा विनवून सांगितले. पण भावोजी खंबीर. घोड्यावरची त्यांची मांड तशीच पक्की. शेवटी गावातली जातीतली प्रतिष्ठित मंडळी आली. त्यांनीही मध्यस्थी केली. म्हणाले, "आज रविवार आहे. बँका बंद आहेत. उद्या बँक उघडल्यावर ताबडतोब हुंड्याची रक्कम देऊन टाकतो. आमच्या शब्दावर विश्वास ठेवा. अहो देतो म्हणजे देतो."

यावर भावोजी कावेबाज मुद्रेने घोड्यावरून बोलले,

"एकदा लग्न लागल्यावर काय हो?... मग देतो कोण अन् घेतो कोण?... मला म्हाईत आहे तुमचा डाव...."

"मग नाही उतरणार खाली?"

"अंऽऽऽहूं."

बघता बघता रस्त्यावर गर्दी जमली. हा काय प्रकार चालू आहे याची जो तो चौकशी करू लागला. येईल त्या माणसाने घोड्याजवळ उभं राहून हात जोडावे, 'भावोजी, अहो असं काय करता? उतरा ना खाली –' म्हणून विनंती करावी आणि भावोजींना जोरजोरात आडवी मान हलवावी असा प्रकार सुरू झाला. जवळपासच्या मठातही लग्ने होती. त्या लग्नासाठीही माणसे येतच होती. हा काय प्रकार आहे त्यांनाही समजेना. ये-जा करणाऱ्या एकदोघांनी तर कुतूहलाने विचारले,

"किती लग्नं आहेत या मठात?"

"एकच... का?"

"नाही, मघाशी एक नवरदेव घोड्यावर बसून आलेला पाहिला. आताही एक घोड्यावर बसून आलेला पाहिला. आताही एक घोड्यावर दिसतो म्हणून विचारले."

"तो मघाचाच नवरदेव हा आहे. अजून घोड्यावरून उतरलेला नाही."

"आं? का बरं?"

"काही कल्पना नाही."

अर्धा-पाऊण तास झाला तरी तोच नवरदेव अजून घोड्यावर आहे, खाली उतरायला तयारच नाही हे ऐकल्यावर लोकांची उत्सुकता वाढली. ही काय भानगड आहे याची जो तो चौकशी करू लागला. कुणी काहीही सांगू लागले. एकजण म्हणाला की, नवऱ्या मुलाला कमरेत लचक भरलीय म्हणून त्याला खाली उतरताच येत नाही. कुणी म्हणाले की, परगावाहून त्याचा सख्खा भाऊ लग्नाला यायचा आहे. तो आल्यावर गडी उतरणार आहे. चेष्टा-चावटपणाही सुरू झाला. एकजण ओरडला, "अरे, गंमत बघा! घोड्यावर गाढव."

एक रिकामटेकडा गंभीरपणाने म्हणाला,

"त्याची काय गम्मत झालीये, नवऱ्या मुलाला पार्श्वभागी काहीतरी बेंडबिंड झालंय म्हणे. बसताना बसला हो, आता उठताच येईना. जरा बूड हलवलं की वराडतोय –"

"मग आता?"

"डॉक्टरला बोलवायला गेलीत माणसं."

"हां, मग हरकत न्हाई."

दुसऱ्या एकाने तोंडातली विडी काढून आपुलकीने विचारले,

"नवरा उतरत का न्हाई खाली? घोडंवाल्याचं पैशेबिशे द्यायचे ऱ्हायलेत का? देऊन टाका अकरा रुपये अन् नारळ. रिवाजच है. जास्त द्यायचे न्हाईत हां –"

एवढ्यात एकाने मुलीच्या नातेवाइकांच्या घोळक्यात शिरून अस्सल बातमी आणली. ही काहीतरी हुंड्याची भानगड आहे आणि त्यासाठी नवऱ्या मुलाचा हा घोड्यावरील सत्याग्रह चालू आहे हे एकदाचे समजले. मग थोडी गर्दीची पांगापांग झाली.

एका उत्साही शिक्षकमित्राने शाळेत जाऊन सोसायटीचा चेक तयार करून आणला. तो झेंड्यासारखा फडफडवीत ते घोड्यावरच्या सत्याग्रही वीराला म्हणाला,

"हा चेक घ्या दोन हजारांचा. उद्याच्या उद्या कॅश. आता तरी उतरा."

तरी नवरदेवांनी आडवीच मुंडी हलवली.

"चेकचा काय भरवसा? उद्या न्हाई वठला तर तुमचं धोतर फेडून घेऊ का? ते नाही जमायचं."

मास्तर हात जोडून बोलले,

"अहो, असं काय करताय भावोजी तुम्ही? हेडमास्तरलासुद्धा आम्ही असे कधी हात जोडले नाहीत. तुम्हाला जोडतोय. उतरा भावोजी."

पण भावोजींचा निश्चय अभंग होता, हे प्रकरण आता चांगलेच रंगणार असे

वाटू लागले. आत नवऱ्या मुलीला हा वृत्तांत कळला. ती चवताळली. म्हणाली, ‘‘आत्ता देऊन टाका त्याला पैसे. त्यानं नुस्ती माळ गळ्यात घालू दे माज्या. एवढं लग्न होऊन जाऊ दे. मग बघते मी. तो आहे अन् मी आहे. सगळे पैसे त्याच्याकडून काढून घेऊन परत करते तुम्हाला. पण आत्ता तात्पुरती काहीतरी व्यवस्था करा.’’

धावाधाव चालूच होती. मुलीच्या शब्दांनी मंडळींना धीर आलाच होता. दोघा-चौघांनी मिळून पैसे जमवले एकदाचे आणि नवरदेवाच्या हातावर ठेवले.

‘‘भावोजी, झालं समाधान? आता उतरा.’’

पण भावोजी पुन्हा फुरंगटले, ‘‘माझा घोड्यावर बसलेला फोटो काढा. मग खाली उतरतो.’’ म्हणून नवा हट्ट धरून बसले. कुणालाही ऐकेनात.

त्या धावपळीत कुणीतरी एका फोटोग्राफरला धरून आणला बुवा. त्याने घोड्याच्या या बाजूने, त्या बाजूने, शेपटीकडून, तोंडाकडून असे चार-दोन फोटो काढले. मग एकदाचे नवरदेव विजयी मुद्रेने खाली उतरले. लग्नाला गेले.

लग्न झाले एकदाचे!....

■

या लग्नानंतर मी एकदा गावी गेलो होतो. तिथं गेल्यावर मला ही सगळी हकीकत समजली. मुलीने बोलल्याप्रमाणे ते पैसे पुन्हा परत केल्याचेही समजले. गंमत वाटली. या रोमहर्षक प्रसंगी हात जोडून उपस्थित असणाऱ्या मित्राला उत्सुकतेने म्हटले,

‘‘कुठाय रे त्याचा फोटो? एखादा असेल तर दाखव ना. मला एकदा हे चिरंजीव डोळे भरून पाहायचे आहेत.’’

मित्र खि: खि: करून हसला.

‘‘काय रे, काय झालं?’’

‘‘अरे, कसला फोटो अन् काय?’’

‘‘म्हणजे?’’

‘‘अरे, या सगळ्या गोंधळात ऐनवेळी फोटोग्राफर आणखी कुठून आणणार? एकाजवळ कॅमेरा अन् फ्लॅशगन फक्त होती. आणला त्याला धरून झालं. कॅमेऱ्यात फिल्म नव्हतीच. त्याने नुसते धडाधडा फ्लॅश मारले अन् आम्ही इकडं भावजीला उतरवला खाली.’’

*

माझ्या क्रिकेटची चित्तरकथा

क्रिकेटच्या कसोटी सामन्याचा हंगाम प्रतिवर्षी येतो. हा हंगाम सुरू झाला की, वातावरणात मोठे चैतन्य निर्माण होते. लहान-थोरांच्या तोंडी ती एकच परिभाषा खेळू लागते. एखादा सामना रंगात आला की, पराकोटीची उत्सुकता निर्माण होते. शाळा-कॉलेजे, बँका, सरकारी कार्यालये यांचे नेहमीचे रूक्ष आणि नीरस काम जवळजवळ बंदच पडते. सगळीकडे – अगदी काश्मीरपासून कन्याकुमारीपर्यंत – राष्ट्रीय एकात्मता निर्माण होते. जो तो काळजीच्या सुरात एकच चौकशी करीत राहतो!... "स्कोअर किती झाला?... आपला संघ जिंकणार की नाही?"

रसिक लोकांच्या या सुरात मीही माझा सूर मिसळतो. चिंतातुर मुद्रेने धावसंख्येची चौकशी करतो. माझ्याही मुद्रेवर उत्सुकता असते. पण मनातल्या जखमेवरची खपली गळून पडते. केव्हा गळून पडते, ते कळतसुद्धा नाही. पण जखमेवरील रक्त भळभळा वाहू लागते. विद्यार्थीदशेतील अनेक क्लेशकारक आठवणी जाग्या होतात.

आमच्या गावी हा 'क्रिकेट' नावाचा साहेबाचा खेळ केव्हा येऊन पोचला ते माहीत नव्हते. पण तो आला होता खरा. खरे म्हणजे स्टंप्स, बॅटी, ते पॅड्स, हातमोजे, तो लाल कातडी चेंडू हा सगळा साहेबी थाट आमच्या दरिद्री गावाला परवडण्यासारखा नव्हता. आमचे खरे खेळ म्हणजे खोखो, आट्यापाट्या, हुतुतू, सूरपारंब्या हे. या खेळांना लहानसे पटांगण पुरायचे. पाण्याने किंवा पांढऱ्या फकीने रेघा ओढल्या म्हणजे झाला खेळ सुरू. बाकी काही चावटपणा नव्हता. क्रिकेटचा हा डामडौल कोण सांभाळणार?... पण गावाला बार्शी लाईट रेल्वे या नावाची एक अद्‌भुत रेल्वे आहे. स्टेशनजवळ रेल्वेकर्मचाऱ्यांची त्यातल्या त्यात सुबक वसाहत. या कर्मचाऱ्यांत बहुसंख्य ख्रिश्चन आणि अँग्लो-इंडियन मंडळी. रेल्वेच्या क्रीडांगणावर हे देशी साहेब क्रिकेटचा खेळ खेळत. त्यांच्या क्रीडांगणावरून आमच्या गावात हा खेळ घुसला असावा. आला तो आमच्या शाळेतच थेट आला. वरच्या वर्गातली वडीलधारी मंडळी हा खेळ खेळत. दुसऱ्या परगावच्या हायस्कूलशी अधूनमधून सामने झडत. या सामन्यांतूनच आम्हा पोराठोरांना हा खेळ माहीत झाला – आपणही

क्रिकेट खेळले पाहिजे असे वाटू लागले.

सामने पाहता पाहता या खेळातले महत्त्वाचे शब्द आणि काही महत्त्वाचे नियम समजले होतेच. स्टंप्सपासून दीड बॅट अंतरावर आपण बॅट घेऊन उभे राहायचे. दीड बॅट सोडून पुढे गेलो तर विकेटकीपर चेंडू स्टंप्सला लावून आपल्याला आउट करतो. आलेल्या चेंडूला बॅटने बडवायचे आणि इकडून तिकडे पळायचे. विकेटकीपर नावाचा खेळाडू फारच हुशार असतो. चेंडू बॅटला न लागता पाठीमागे गेला तरी तो झेलून तो ओरडतो आणि खेळाडूला आउट करून टाकतो. कॅप्टन नावाच्या खेळाडूच्या हातात सगळ्या खेळाडूंच्या नाड्या असतात. बोलिंग कुणाला द्यायची आणि बॅटिंगसाठी कुणाला पाठवायचे हे तोच ठरवतो. त्यामुळे त्याचे सगळे ऐकतात. या माहितीबरोबरच स्कोअर, नो-बॉल, एल.बी.डब्ल्यू., अंपायर, कॅच-आउट हे महत्त्वाचे शब्दही कळले. मग आणखी काय पाहिजे? क्रिकेट खेळण्यासाठी आवश्यक ती तयारी आपली झालीच आहे. आता शाळेने फक्त साहित्य दिले पाहिजे. बस्स!....

आम्ही दहा-पंधरा पोरे घोळका करून क्रीडांगण-शिक्षकाकडे गेलो. मागण्या पुढे मांडल्या.

सर रागावून म्हणाले, "अरे, क्रिकेट कसा खेळतात माहीत तरी आहे का? का दुसऱ्याचा खेळ बघितला अन् लागले नाचायला?"

आमच्यातला एकजण वाकडे तोंड करून म्हणाला,

"किती मॅचेस बघितल्यात सर आम्ही. सगळं पाठ झालंय आता आम्हाला."

"अस्सं?"

"तर!... दुसरा बोलला, रनआऊट, कैचआऊट, दांडी... एल.बी.डब्ल्यू... सगळं येतंय सर."

सरांनी मान डोलावली.

"असं?... छान!... मग सांगा बरं... एल.बी.डब्ल्यू. केव्हा देतात?"

आता मी उत्साहाने पुढे सरसावलो.

"हौज दॅट म्हणून पोरं ओरडतात ना सर, त्या वेळी. असं दोनदा ओरडली तरी औट नसतं. अन् तिसऱ्यांदा ओरडली म्हंजे औट समजायचं –"

"अंपायरनं बोट वर केलं की औट सर."

आमचे हे ज्ञान बघून आमचे सर बहुधा चकित झाले असावेत. कारण ते काही बोललेच नाहीत. त्यांनी क्रिकेटचे साहित्य आमच्या वर्गाला द्यायचे मुकाट्याने कबूल केले आणि आमची प्रॅक्टिस सुरू झाली.

पहिल्यांदा बॅट नावाची वस्तू हातात घेऊन मी स्टंप्सच्या समोर उभा राहिलो, तेव्हाचा प्रसंग अजून माझ्या डोळ्यासमोर जसाच्या तसा उभा आहे. माझे सगळे

शरीर रोमांचाने मोहरून निघाले होते. पण ती रोमांचाने नटलेली काया क्षणभरच तशी राहिली. कोण तो दुष्ट बोलर होता, आता आठवत नाही. पण बोलरने टाकलेला चेंडू फार वेगाने आपल्याकडे येतो आणि तो वेग पाहून आपली बोबडीच वळते, ही गोष्ट नव्यानेच मला समजली. त्या बोबडलेल्या अवस्थेत तीन-चार चेंडू मी कसाबसा खेळलो. खेळलो म्हणजे काय, बहुतेक चेंडू बॅटीला न भेटता आजूबाजूलाच सटकले. एक बॉल चुकून बॅटवर आपटला आणि बाजूला दोन फुटांवर जाऊन आळशासारखा निवांत पडला. हां, आले बरं का आपल्याला खेळायला... असे मला वाटते न वाटते तेवढ्यात नंतरचा बॉल आला. तो मात्र सगळ्या गोष्टी चुकवीत चुकवीत बरोबर माझ्या गुडघ्याच्या वाटीवर येऊन जोरात आदळला. गुडघा असा झिणझिणला की, बॅटचा आधार घेऊन मी मटकन् खालीच बसलो. त्यानंतर त्या दिवशी तरी फलंदाजी करण्याचे धाडस मला झाले नाही.

पुढे एकदा गोलंदाजी करून पाहिली. एकच चेंडू टाकला हां –

एक वरच्या वर्गातील पोरगा मला थप्पड देऊन म्हणाला,

"अरे बोलिंग कर ना मूर्खा!... 'थ्रो बॉल' काय टाकतोस?"

"थ्रो बॉल ही नेमकी काय भानगड आहे हे मात्र मला बिलकूल ठाऊक नव्हते. हातात चेंडू धरून पळत पळत जायचे आणि हात गरगरा फिरवीत चेंडू खेळाडूच्या दिशेने जोरात फेकायचा एवढीच माझी गोलंदाजीबद्दलची कल्पना होती. हात फिरवून चेंडू टाकायचा असतो असे त्याने सांगितल्यावर मी डावा हात गरगरा फिरवीत उजव्या हाताने चेंडू फेकून मारला. माझ्या या उद्योगाचा परिणाम एवढाच झाला की मला टीममधून हद्दपारच करण्यात आले.

मीही मग त्या मूर्खांचा नाद सोडलाच. गल्लीतल्या पोरांबरोबर क्रिकेट खेळू लागलो.

आमच्या गल्लीत साधनसामग्रीची तशी कमतरता होती. स्टंप्स म्हणून तीन दांडू, बॅट म्हणून एक रुंद लाकडी फळी आणि टेनिसचा जुना मळका चेंडू एवढ्या भांडवलावर आमचा हा खेळ गल्लीत सुरू झाला. पण आमचे टीम-स्पिरीट जबरदस्त होते. बुचाच्या चेंडूइतका टेनिसचा चेंडू धोकादायक नाही, हे ध्यानात आल्यामुळे माझा धाडसीपणा वाढला. मधून मधून मी बॅटने चेंडूला मारण्यात बराच यशस्वी होऊ लागलो. एवढ्यात माझ्या मामांनी मला तीन जुने स्टंप्स आणि एक बऱ्यापैकी बॅट पुण्याहून पाठवून दिली. त्यामुळे माझा भाव पुन्हा वधारला. एखादी मॅच ठरली तर त्यातील संघात माझा समावेश होऊ लागला. पूर्वी मॅच ठरली की मी स्कोअररचे जबाबदारीचे काम स्वीकारावे म्हणून सगळी पोरे माझ्या मागे लागत. ही बॅट हातात आल्यावर मात्र मी बाणेदारपणे सगळ्यांना सांगून टाकले,

"मला टीममध्ये घेणार असाल तर बॅट मिळेल. नाहीतर खड्ड्यात गेली ती

मॅच.''

ही मात्रा मात्र लागू पडली. अकरावा खेळाडू म्हणून माझी वर्णी लागली. सगळ्या पोरांच्या गर्दीत आपण बॅट घेऊन डुलत डुलत पीचवर जायचे... सगळ्यांबरोबर लंच नावाच्या कार्यक्रमात सहभागी व्हायचे, हा आनंद फार मोठा होता. तो एक-दोनदा तरी उपभोगला. माझ्या बॅटचे माहात्म्यच तसे होते. प्रत्यक्ष खेळायला गेल्यानंतर मात्र प्रतिपक्षाला मी फारसा त्रास कधीच दिला नाही. मी खेळायला गेलो म्हणजे इनिंग संपलीच या खात्रीने सगळेच पुढच्या तयारीला लागत. दहा-पाच चेंडू खेळून मी परत येणार ही खात्रीच. पण अकरावा तर अकरावा. टीममध्ये आपला समावेश झाला, याचाच आनंद मोठा होता.

खेळून खेळून ही बॅट केव्हातरी मोडली. दुसऱ्या कुणीतरी नवीन बॅट आणली आणि माझे हे हक्काचे अकरावे स्थानही संपले.

त्यानंतर क्रिकेट संपलेच!

क्रिकेटचा इतका अनुभव घेतल्यावर नवीन मंडळींसाठी महत्त्वाचे काही निष्कर्ष मी मनाशी काढले. ते असे –

(१) क्रिकेट हा शेवटी साहेबाचा खेळ आहे. तो आपल्याला नीटसा नाही खेळता आला, तर त्यात लाज वाटण्यासारखे काही नाही.

(२) क्रिकेटमध्ये नव्या दमाची तरुण मंडळी यावीत असे वाटत असेल तर बुचाचा दगडी चेंडू वापरण्याची घातक प्रथा ताबडतोब बंद केली पाहिजे. त्याऐवजी लहान रबरी चेंडू वापरल्यास अनेक धाडसी तरुण हा खेळ खेळण्यासाठी पुढे येतील.

(३) चेंडू फार वेगाने आपल्याकडे येतो आहे, असे वाटल्यास 'छप्पे' म्हणून एकदम बाजूला होण्याची फलंदाजाला मुभा असावी. या वेळी दांडी उडाल्यास तो नो-बॉल समजण्यात यावा.

(४) क्षेत्ररक्षण करताना फलंदाजाच्या जवळपास घोटाळू नये. कारण एखादा आडदांड फलंदाज एकदम तो चेंडू जोराने ठोकण्याचा संभव असतो. तो नाकाडावर बसला तर नाक कायमचे वाकडे होण्याची शक्यता असते.

(५) क्षेत्ररक्षण करताना शक्यतो सगळ्यांनी सीमेजवळचीच जागा पटकविण्याचा प्रयत्न करावा. म्हणजे धोका टळतो.

(६) वेगवान गोलंदाजाच्या वाटेत अडथळ्याच्या शर्यतीत असतात तसे काही अडथळे (स्पीड ब्रेकर) ठेवण्यात यावेत. म्हणजे तरुण, शिकाऊ फलंदाजांना भीती वाटणार नाही.

(७) क्रिकेटचा खेळ दूरदर्शनवर पाहण्यात जेवढी मौज आहे, तेवढी प्रत्यक्ष खेळण्यात नाही. त्यामुळे सगळा आनंद तर मिळतोच, शिवाय धोकाही टळतो.

असो! क्रिकेटमधला आता दर्दी झाल्यामुळे मी अलीकडे अगदी नियमितपणे आणि मोठ्या उत्साहाने क्रिकेटची धावती समालोचने ऐकतो. आता दूरदर्शनवरील प्रत्यक्ष सामनेही पाहतो. मन थरारून जाते. बालपणातले क्रिकेटचे ते धुंद दिवस आठवतात. छातीत एखादी कळ उठते. नाही असे नाही. पण – नरी कॉंट्रॅक्टरचे डोके कायमचे जायबंदी झाले. अमक्याच्या बोटाचे हाड मोडले, तमक्याचे थोबाड फुटले... या वर्तमानपत्रातील वार्ता डोळ्यांसमोर येतात आणि आपण अगदी वेळेवर क्रिकेट संन्यास घेतला, या समाधानाने हृदय काठोकाठ भरून येते.

*

मराठी बोलणारा साहेब

गोऱ्या साहेबाने दीडशे वर्षे या देशावर मोठ्या मजेत राज्य केले. त्यामुळे त्याच्याबद्दलचा दबदबा अजून कायम आहे. पांढऱ्याफट्ट रंगाचा, गाजरासारख्या तोंडाचा, पँट, बूट, हॅट घालणारा युरोपियन साहेब पाहिला म्हणजे अजूनही आम्हाला न्यूनगंड वाटतो. मग पूर्वीची गोष्ट काय सांगावी? मला शाळकरी वयातला एक प्रसंग आठवतो. एकदा मी आणि माझा मित्र उंडारत उंडारत गावाबाहेरच्या डाक बंगल्याजवळ गेलो. सुंदर कौलारू बंगला, भोवताली प्रशस्त पटांगण, मधून मधून हिरवीगार फुलझाडे, वाटेवर शिस्तीत पसरलेली वाळू. आमच्या सबंध गावात इतकी छान जागा मी पाहिली नव्हती. कुतूहल म्हणून धीर करून आम्ही आत शिरलो. वाळूचा रस्ता संपल्यावर समोर पाहिलं. एक गोरा साहेब बंगल्याबाहेरच्या पटांगणात छान आरामखुर्ची टाकून वर्तमानपत्र वाचीत बसलेला. एखादा वाघ समोर दिसावा तशी आमची अवस्था झाली. असेच इथे उभे राहावे की मागच्या मागे काढते पाऊल घ्यावे, हे सुचेना. तेवढ्यात त्या साहेबाचे लक्ष आमच्याकडे गेले. डोळे मोठे करून आणि एक हात हवेत फिरवून तो एकदम काहीतरी ओरडला! नेमके शब्द कळले नाहीत. पण '...चल हकाल –' अशा अर्थाचे ते शब्द असावेत. झाले, आमची बोबडीच वळली! जीव मुठीत धरून आम्ही जे पळत सुटलो ते गावात शिरल्यावरच थांबलो.

तेव्हापासून साहेबांबद्दल धसका बसला तो कायमचा. साहेब म्हणजे आपल्या अंगावर नेहमी खेकसणारा, चांगल्या कपड्यातला गोरा इसम, एवढीच त्याची व्याख्या मनात ठसली. पुढे साहेब या प्राण्याशी बोलण्याचे धाडस कधीच झाले नाही.

पुष्कळ वर्षे लोटली.

पुढे मी काही लिहू लागलो. माझी काही पुस्तकेही प्रसिद्ध झाली. लेखक म्हणून थोडे नाव झाले.

एकदा मी नेहेमीप्रमाणे दिवाळीच्या सुट्टीत पंढरपूरला जाण्याच्या तयारीत होतो.

तेवढ्यात एक मित्र घरी आला म्हणाला,

"तू एक-दोन दिवसांत पंढरपूरला जातोयस ना? मग प्रोफेसर रेसाईड तुला भेटायला येणार आहेत. घेऊन येऊ का त्यांना तुझ्याकडे? त्यांना पण पंढरपूर पाहायचंय –"

मला काही नीटसा बोध झाला नाही. "कोण रे रेसाईड?"

इयान रेसाईड हे त्यांचं नाव. ब्रिटिश प्रोफेसर आहेत. लंडन विद्यापीठात मराठी भाषा हाच त्यांचा अभ्यासाचा विषय आहे. पीएच.डी. वगैरे करताहेत... मग केव्हा घेऊन येऊ त्यांना?"

मी एकदम बिचकलो. 'साहेब' या प्राण्याबद्दलची सगळी भीती एकदम उसळून आली. हा साहेब आपल्या दोन खोल्यांच्या गबाळ्या घरात आला तर त्याला काय वाटेल? आणि तो फाडफाड इंग्रजीत बोलू लागला तर कसे करायचे? त्यापेक्षा ही भेट टाळावी का?

माझ्या मनात असे अनेक विचार सटासट येऊन गेले. पण मित्राने मला धीर दिला, "हा रेसाईडसाहेब फारच साधा आहे. तुला काहीही अवघडल्यासारखं वाटणार नाही. मुख्य म्हणजे त्याला मराठी उत्तम समजतं. तू त्याच्याशी मराठीतूनच बोल...."

– आणि ही भेट ठरली.

रेसाईडसाहेब त्या वेळी डेक्कन कॉलेजात राहत असावेत. तेथील एका स्नेह्याला घेऊन ते दुसऱ्या दिवशी माझ्या घरी आले.

वय सुमारे पस्तीस-चाळीसच्या दरम्यान. सडसडीत शरीर. पँटमध्ये एक साधा शर्ट खोवलेला. भुऱ्या केसांचा भांग सकाळीच केव्हातरी पाडला असावा. डोळे प्रसन्न आणि बोलके. मैत्रीचे बोलावणे करणारे. चेहरा हसतमुख. असे हे रेसाईडसाहेब माझ्या घरात आले. हसून, देशी नमस्कार करून मला म्हणाले,

"नमस्टे–"

आणि मी दाखवलेल्या खुर्चीवर मोकळेपणाने बसले. साहेब या वस्तूबद्दल मला वाटणारा धसका एकदम ओसरला. मी मराठीत बोलू लागलो. रेसाईडसाहेब मधूनमधून इंग्रजीत, मधून-मधून मराठीत बोलले. एकेक शब्द सावकाश उच्चारीत, थांबत थांबत पण शुद्ध मराठीत बोलले. हे बोलणे थोडे ग्रांथिक होते. उच्चार मात्र मधून मधून इंग्रजी वळणावर जात. थोड्याशा गप्पागोष्टी झाल्यावर त्यांनी पंढरपूर भेटीचा आपला हेतू सांगितला. 'पंढरी-माहात्म्य' या नावाची जुनी पोथी आहे. तिचा ते प्रबंधासाठी अभ्यास करीत होते. मी पंढरपूरचा हे माहीत झाल्यामुळे त्यांना माझ्या साहाय्याने पंढरपूर पाहावयाचे होते.

हे ऐकल्यावर मी उत्साहाने म्हणालो,

"परवाच्या दिवशीच मी निघालो पंढरपूरला. येता का माझ्याबरोबरच? येत असाल तर आपोआप तुमची सगळी सोय होईल." मी उत्साहाने म्हणालो.

रेसाईडसाहेबांनी थोडा विचार केला. इतर काही गोष्टींची चौकशी केली. मी पहाटेच्या पहिल्या एस.टी.ने जाणार आहे हे कळल्यावर ते म्हणाले,

"मी उद्या रात्री स्टँडवर येतो. तिथे बाकावर झोपतो. सकाळी आपण जाऊ."

साहेबाने आदल्या दिवशी रात्री येऊन स्टँडवर बाकावर झोपायचे? छे:! हे अगदीच ग्रामीण कलम झाले. मला कसेसेच झाले. इतका हा साहेब साधा कसा? "तसं करू नका. रात्री तुम्ही इथं या. माझ्या घरी झोपा. आपण सगळे मिळून सकाळी जाऊ."

थोडे आढेवेढे घेऊन रेसाईडसाहेबांनी ती गोष्ट मान्य केली. त्याप्रमाणे आदल्या रात्रीच एक लहानशी बॅग घेऊन ते माझ्याकडे आले. मी टाकून दिलेल्या गादीवर अंग टाकून शांतपणे झोपी गेले.

सकाळच्या पहिल्याच बसने आम्ही पंढरपूरला गेलो.

घरी मी निरोप दिला होता. एका साहेबाला घेऊन मी येणार आहे हे कळल्यामुळे घरात बरीच गडबड उडाली होती. एक गोरा साहेब आपल्या घरात येऊन राहणार म्हणजे आली का पंचाईत? आमचे जुनाट भाड्याचे घर. अनेक गैरसोयींनी परिपूर्ण. स्वयंपाक घराला लागूनच जुनेपाने न्हाणीघर. तिथे साहेबाला अंघोळ करून द्यावी का? का, अंगणातल्या कोपऱ्यात एक मोरी होती, तिथे त्याला अंघोळीला बसवावे? त्यांच्या जेवणासाठी टेबलखुर्ची कुठून आणावी?

बरीच चर्चा घरात झाली असावी. पण मला प्रत्यक्षात कुणी काही बोलले नाही. रेसाईडसाहेबांना मी आमच्या नेहमीच्या न्हाणीघरातच नेले. त्या तसल्या जुनाट न्हाणीत साहेबाने आपली अंघोळ शांतपणे उरकली. कपडे बदलले. बाहेर येताना न्हाणीघराचे बुटके दार ठाणकन त्यांच्या डोक्याला लागले. चांगलेच झणझणले असावे. पण तो साधासुधा सज्जन माणूस काही बोलला नाही, डोक्याला हात लावून हसत हसतच तो म्हणाला,

"आटा – हे दार – माझ्या चांगले लक्षात राहील."

साहेबांची अंघोळ झाल्यावर आमच्या आईने न्हाणीघरातले सगळे राहिलेले पाणी ओतून दिले.

जेवणाची वेळ झाल्यावर रेसाईड म्हणाले,

"मी – पाटावर – बशतो. मला – सवय आहे."

आणि खरोखरच ते पाटावर मांडी घालून बसले. समोर आलेले साधे अन्न त्यांनी चवीने खाल्ले. हाताने भात कालवला. त्यात आमटी ओतली. घास करून हातानेच जेवण केले. टेबल-खुर्ची, काटे-चमचे यांचा काही प्रश्नच आला नाही. या वेळेपर्यंत आमच्या घरी एक युरोपियन साहेब आला आहे ही बातमी गल्लीत पसरली

होती. लोक डोकावतच होते. साहेब हाताने जेवतो कसा हे बघावयासही चार-दोन मंडळी स्वयंपाकघराच्या दारात उभी होती. साहेबाकडे टकामका पाहत होती. एखाद्या हत्तीने नारळ फोडून खाल्ला म्हणजे माणसे ज्या कुतूहलाने पाहत असतात तेच कुतूहल त्यांच्या तोंडावर होते.

पद्धतीप्रमाणे शेवटी आईने पुन्हा भात आणला. साहेबाला विचारले, "भात वाढू?"

रेसाईसाहेबांनी हाताच्या बोटांनी आकार दाखवीत सांगितले, "लिंबाएवढा."

रेसाईडसाहेब दोन दिवस आमच्या घरी राहिले. त्या दोन दिवसांत त्यांनी सगळे जुने पंढरपूर पालथे घातले. नाना चौकशा केल्या. त्यांनी सांगितलेली जुन्या पंढरपूरची माहिती मलाही चकित करणारी होती.

आमच्या घराजवळच भजनदासाचा मठ आहे. तो मठ पाहायची इच्छा त्यांनी दाखवली, म्हणून आम्ही आत गेलो. मी तर त्यांच्यामुळेच या मठात पहिल्यांदा पाऊल टाकले.

थोडी जुजबी माहिती विचारून घेतल्यावर रेसाईड म्हणाले, "इथं पूर्वी नवग्रहांच्या मूर्ती होत्या ना? त्या कुठे गेल्या?"

मला काहीच माहिती नव्हती. मठात राहणाऱ्या लोकांनाही नव्हती. पुढे पांडुरंगाच्या देवळात – नवग्रह म्हणून दाखवितात – अशा मूर्तीचे एक पॅनेल आहे. राही सत्यभामेच्याजवळ. ते त्यांना दाखविल्यावर ते म्हणाले,

"हां, हेच नवग्रह त्या भजनदास मठातले आहेत."

मला त्यांचे बोलणे काहीतरी वाटले. पण नंतर जुन्या लोकांपाशी चौकशी केल्यावर कळले की, हे नवग्रहाचे पॅनेल पूर्वी खरोखरी भजनदासाच्या मठातच होते. तेथील संन्याशी-बैरागी लोकांत काही भांडणे, कटकटी सुरू झाल्या. उगीच कटकट वाढायला नको म्हणून मठाच्या एका विश्वस्ताने ते सबंध पॅनेल पांडुरंगाच्या देवळात आणून ठेवले. या गोष्टीला आता खूप वर्षे झाली.

संध्याकाळी आम्ही घराजवळचा दत्तघाट उतरून वाळवंटात फिरायला गेलो तेव्हा साहेबांनी विचारले, "या घाटाचे नाव काय?"

"दत्तघाट –" मी म्हटले, "इथे हे दत्ताचे देऊळ आहे म्हणून याला दत्तघाट म्हणतात."

रेसाईडसाहेबांनी नकारार्थी मान हलवली. या घाटाचे नाव दत्तघाट नाही– दुसरे काहीतरी आहे, असे ते निक्षून सांगू लागले. मला ते पटेना. माझ्या लहानपणापासून मी या घाटाचे नाव दत्तघाट असेच ऐकले होते. मग हा साहेब असे का म्हणतो? त्याच्या आग्रहाखातर पुन्हा जुन्या जुन्या मंडळींना खोदून-खोदून विचारले तेव्हा एक म्हातारे पंढरपूरकर म्हणाले,

"यांचं म्हणणं बरोबर आहे. पूर्वी या घाटाला 'हरिदास घाट' म्हणत. पुढे हे

दत्ताचं देऊळ झालं. तेव्हापासून या पन्नास-साठ वर्षांत याचं दत्त-घाट हे नाव रूढ झालं.''

रेसाईडसाहेबांनी असे कैक वेळा आम्हाला चकित केले. 'पंढरी माहात्म्य'मधील जुनी पंढरी त्यांना जणू काही डोळ्यांनी दिसत असावी असे वाटले. या पंढरीत झालेले बदल चटकन त्यांच्या लक्षात येत होते.

या दोन दिवसांत ते देवळाच्या परिसरात खूप हिंडले. अनेक चौकशा केल्या. पुढे बडवे मंडळींच्या साहाय्याने आम्ही त्यांना विठोबाच्या देवळातही अगदी गाभाऱ्यापर्यंत नेले. विठोबाच्या पायावर मस्तक ठेवून या अभ्यासकाने नमस्कारही केला. बडव्यांनी प्रसाद म्हणून श्रीफळ दिले. गळ्यात हार घातला. कपाळाला पांडुरंगाचा बुक्का लावला. अशा थाटात त्यांच्यासमवेत आमचा देवळाच्या गच्चीवर कुणीतरी फोटोही काढला.

दोन दिवसांनी रेसाईडसाहेब पुन्हा एस.टी.त बसून पुण्याला निघून गेले. जाण्यापूर्वी मी आणि माझे मित्र यांना त्यांनी तिथल्या जुनाट थेटरातला एक सिनेमाही दाखवला.

माझ्या काही पंढरपूरकर मित्रांना साहेब मराठी बोलतो कसा, याचे विलक्षण कुतूहल. ते दोन दिवस माझे एक-दोन मित्र सारखे त्यांच्याबरोबर असत. त्यांना सारखे प्रश्न विचारीत. इंग्लंडमधील हवामान, तिथला पोशाख, खाणेपिणे... भाषा... चालीरिती, रस्ते, वाहने. साहेब सगळ्या प्रश्नांना हसतमुखाने मराठीतून उत्तर देत. एकाच प्रश्नाला त्यांनी काही उत्तर दिले नाही.

जरा घसट झाल्यावर आमचे एक दोस्त जरा लाडात येऊन त्यांना म्हणाले,

''तुमच्या तिकडच्या बाया लई फ्री असत्यात म्हणतात ते खरं का?''

साहेब बिचारा यावर काय बोलणार? तो नुसता हसला आणि गप्प राहिला. अलीकडचे हे नवे 'पंढरी माहात्म्य' त्याला कुठून ठाऊक असणार?

*

आपल्या मोठेपणाचा फुगा

सार्वजनिक जीवनात सिनेमा नट-नटी, क्रिकेटवीर, राजकारणी मंडळी यांना जो भाव आहे, तो लेखकाला नाही. लेखकाला तसे फारसे कुणी ओळखीत नाही. मराठी लेखकाला तर मुळीच नाही. तो बिचारा इतर माणसांसारखाच रस्त्याने पायी वणवण हिंडत असतो. एस.टी.ने प्रवास करतो. धोब्याकडचे कपडे स्वत: घेऊन येतो आणि स्वत:ची मुले-बाळे स्वत:च्याच कडेवर घेऊन हिंडतो. परवा परवापर्यंत तरी तो सायकलवरून हिंडत होता. आता तो रिक्षात जातो एवढेच. एखाद्या वेळी त्याला नेण्यासाठी कुणी गाडी, टॅक्सी घेऊन आले तर त्याला धन्य धन्य वाटते. एखादा सिनेमा नट दिसला तर लोक बोटांची पिस्तुले करून त्याच्याकडे ती रोखतात आणि एकमेकांत कुजबुजतात, पण लेखकाकडे अशी बोटे दाखवून कुणी आपसात कुजबुजले, असे माझ्या तरी पाहण्यात नाही.

पण तरी 'लेखक' या प्राण्याबद्दल लोकांचे खूप गैरसमज असतात. लेखक हा कुणीतरी मोठा माणूस आहे, असे त्यांना उगीचच वाटते. लहान पोरे तर बिचारी निष्पापच. ती लेखकाची स्वाक्षरी वगैरे घेतात. फार काय संदेशही मागतात. आम्हीही तो धडाधड देऊन टाकतो. 'उपासनेला दृढ चालवावे' हे रामदासांचे थोर वचन मीही संदेश म्हणून एखाद्या मुलाला दणकून देऊन टाकतो. 'तलवारीच्या बळावर क्रांती करता येते. पण क्रांतीची पूर्वतयारी लेखणीच करीत असते'– असले मार्मिक वचनही मी संदेश म्हणून मुलांना अनेकवेळा लिहून दिले आहे आणि ते वाचून मुलांचा माझ्याबद्दलचा आदरभाव वाढलेला आहे. असल्या संदेशाचा आणि स्वाक्षरीचा काहीही पुढे उपयोग नसतो, हे त्या मुलांना इतक्यात कुठून कळणार? ती आणखी दहा-पंधरा वर्षांनी मोठी होतील, मग त्यांना कळेल की या स्वाक्षरीचा उपयोग वाङ्मयाच्या क्षेत्रात तर नाहीच, पण बँकेच्या आवारातही या सहीला तसे फारसे मोल नाही. जाऊ द्या. सांगायचा मुद्दा असा की, लेखकाबद्दल उगीचच काहीतरी चुकीचे समज असतात. तो फार प्रसिद्ध पुरुष असतो. त्याला रोज खूप पत्रे येतात. लेखनाचा मोबदला म्हणून त्याला हजारो रुपये मिळतात. त्याचे घर

सगळ्यांना ठाऊक असते... त्याची पुस्तके सर्वांनी वाचलेली असतात... असे त्या बिचाऱ्यांचे पक्के समज असतात.

एकदा एक नात्यातले गृहस्थ कौतुकाने माझ्याकडे पाहत म्हणाले, "तुम्ही काय लेखक... तुम्हाला रोज अनेक पत्रे येत असतील."

मी शांतपणे म्हणालो, "लेखक वगैरे ठीक आहे. पण अनेक पत्रे रोज येत नाहीत. वाचकांचीच पत्रे म्हणाल तर केव्हातरी एखादं येतं. तेही शाळेतल्या एखाद्या लहान मुलाचं, सुंदर तरुणीचं वगैरे तर मुळीच नाही –"

"असं कसं? तुम्हाला खरं म्हणजे खूप पत्रं यायला पाहिजेत. तुमची इतकी पुस्तकं आता आहेत."

पुस्तके पुष्कळ असूद्यात. पण लोक पुस्तकं वाचीत असतात, हा त्यांचा खोटा समज मी कसा काढून टाकणार? आणि समजा, एखादे पुस्तक घटकाभर वेळ घालविण्यासाठी वाचले तरी लेखकाचे नाव त्यांनी काय म्हणून लक्षात ठेवावे?

कधी कधी काही परगावची मंडळी हसतमुखाने म्हणतात,

"तुम्हाला पत्र लिहायचं म्हणजे तशी पत्त्याची गरजच नाही. अमुक अमुक... पुणे एवढं लिहिलं तरी पुरत असेल नाही?"

आता काय सांगणार कपाळ? त्यांचे बोलणे ऐकून कृतज्ञतेने मान डोलवायची, थोडे हसायचे आणि मग हळूच सांगायचे की, बाबा रे, आपले पत्र मला मिळावे अशी जर तुमची इच्छा असेल ना, तर माझा संपूर्ण पत्ता लिहून घे आणि तो सुवाच्च अक्षरात लिही. पुणे क्रमांकसुद्धा बरोबर लिही. तरच ते पत्र मला मिळेल. एरवी कसलीही शाश्वती नाही. माझ्या कॉलनीत आल्यावर कुणीही माझे घर सहज सांगेल अशीही काही जणांची कल्पना असते. मी संपूर्ण पत्ता सांगू लागलो, तर तेच मला अडवितात आणि घाईघाईने म्हणतात, "आलं आलं हो लक्षात... 'सुभाषनगर' एवढं रिक्षावाल्याला सांगितलं की झालं काम. तिथं आल्यावर काय, कुणीही तुमचा पत्ता सांगेलच." मी रडून रडून त्यांना सांगतो, की अरे गृहस्था, तसं नाही. माझ्या कॉलनीतही फार थोडे मला ओळखतात. तू नीट पत्ता घे. ऐक माझं. तरच तू धडपणे घरी येशील माझ्या. नाहीतर चकरा मारीत हिंडशील आणि कुणीही लवकर तुला घर दाखविणार नाही. अगदी माझ्या घराजवळ उभा राहून सांगतील, "नाव ऐकल्यासारखं वाटतंय. पण कुठं राहतात, काय करतात काही कल्पना नाही."

एकदा तर आमच्या नेहमीच्या एका पोस्टमनसाहेबांनी चार-दोन पत्रे, एखादे दुसरे मासिक असे काहीतरी माझ्या हातात दिले आणि क्षणभर माझ्याकडे चष्म्याच्या वरून तिरपे रोखून बघितले. मग तो म्हणाला, "तुम्ही लेखक वगैरे आहात का साहेब?"

अहो, हा प्रश्न ऐकल्यावर कुणालाही गुदगुल्या होणारच की. मलाही तशा त्या

झाल्या. नाही म्हटले तरी माझा चेहरा फुलला. अगदी हळुवारपणा चित्ती आणून मी विचारले, "हो, हो... आहे खरा."

"तरी मला वाटलंच –"

"कशावरून वाटलं?"

"ही मासिकं येतात ना तुमच्याकडे– 'सप्रेम भेट' म्हणून. त्याच्यावरनं वाटलं."

"म्हणजे काय?"

"वर्गणीदार असेल ना साहेब, त्याच्यावर 'सप्रेम भेट' वगैरे शिक्का नसतो. मासिक फुकट असलं म्हणजे हा शिक्का असतो. म्हटलं, तुम्हाला फुकट मासिक का बरं मिळत आसंल? त्याच्यावरनं वाटलं, तुम्ही बहुतेक लेखक असाल."

कधी कधी मी व्याख्यानाला जातो. कथाकथनही करतो. 'स्नेहसंमेलन' नावाच्या वार्षिक उरसाला मुख्य पाहुणा म्हणून प्रतिवर्षी नियमानं कुठं कुठं जातो. त्या वेळी, त्या लहानशा गावात हा कुणीतरी थोर पुरुष संप्रती अवतरला आहे, अशा दृष्टीने माणसे आपल्याकडे पाहतात, भोवताली क्षणभर गर्दी करतात. आपलाही गैरसमज होतो. आपण खरेच कुणीतरी मोठे आहोत असा भ्रम निर्माण होतो. पण मोठेपणाचा हा फुगा फुटायला फारसा वेळ लागत नाही. संस्थेचे अध्यक्ष किंवा तसेच कुणीतरी मोठे लोक भेटतात. त्यांच्याशी आपली कौतुकाने ओळख करून दिली जाते. ओळख करून देणारे गृहस्थ फार जाणीवपूर्वक 'महाराष्ट्रातील प्रथितयश लेखक' म्हणून आपला उल्लेख करतात. तो ऐकूनसुद्धा या थोर मंडळींच्या मुद्रेवरील सुरकुती इकडची तिकडे होत नाही. मग नंतरची प्रश्नोत्तरे तर फारच श्रवणीय होतात. एखाद्या नवीन जवानाकडे पाहावे तशा दृष्टीने आपल्याला न्याहाळीत ते गृहस्थ विचारतात, "लेखक म्हणजे काय... गोष्टीबिष्टी लिहिता काय तुम्ही? काय लिहिता?"

माझी मान अशा वेळी अर्थातच शरमेने खाली झुकते.

"हां, गोष्टीच लिहितो."

"गोष्टी म्हणजे कसल्या? धार्मिक का ऐतिहासिक?"

"वि...नो...दी..." माझ्या तोंडून ही तीन अक्षरे कशीबशी बाहेर निसटतात.

"अरे वा!... मग एखादं पुस्तक-बिस्तक प्रसिद्ध झालंय की नाही तुमचं?"

"हो, झालंय."

"काय, नाव काय तुमच्या पुस्तकाचं?"

हा प्रश्न ऐकल्यावर मात्र माझे सगळे धैर्य संपुष्टात येते. उरलासुरला सगळा धीर एकवटून मी म्हणतो,

"एक नाही... चांगली पंधरावीस पुस्तकं प्रसिद्ध झालीत. कुठलं नाव सांगू तुम्हाला?"

पण काही मंडळी चांगली खमंग असतात. हे उत्तर ऐकूनसुद्धा त्यांच्यावर

कसलाही परिणाम होत नाही. एक सद्गृहस्थ तर मला म्हणालेच,

"असतील बुवा... आम्ही काही वाचीत नाही... आमच्या उद्योगात होतो कुठं वेळ सटरफटर वाचायला? आता आमच्या मंडळींना आहे थोडीशी हौस वाचायची-बिचायची. त्यांनी एक नाट्यछटाही लिहिली होती, कॉलेजमध्ये असताना...."

यावर आपण काय बोलणार, कपाळ!

आता माझी गोष्ट सोडून द्या. खऱ्याखुऱ्या मोठ्या लेखकांवरही असा प्रसंग येतो हो. कविवर्य ग. दि. माडगूळकर आणि पु. ल. देशपांडे. दोघेही कोल्हापूरजवळच्या बाजार भोगाव या गावी एका कार्यक्रमासाठी गेले होते. तिथे कार्यक्रमाच्या वेळी त्यांना कोल्हापूरचे जिल्हाधिकारी भेटले. संयोजकांनी साहजिकच मोठ्या उत्साहाने त्यांची जिल्हाधिकाऱ्यांशी ओळख करून दिली.

"हे पु. ल. देशपांडे –"

जिल्हाधिकाऱ्यांनी श्री. पु. ल. देशपांडे यांचा कुठला तरी एक कार्यक्रम आदल्या दिवशी कोल्हापुरात ऐकला होता. त्यामुळे त्यांना त्यांची ओळख पटली. त्यांनी मान हलवली.

"हां हां... काल काहीतरी कार्यक्रम होता. कोल्हापुरात... तेच का हे?"

"तेच."

दोघांचे हस्तांदोलन झाले. संयोजकांनी मग माडगूळकरांच्याकडे अंगुलीनिर्देश केला. "हे ग. दि. माडगूळकर –"

जिल्हाधिकाऱ्यांनी हस्तांदोलनासाठी हात पुढे केला.

"अस्सं!... काय करता आपण?"

ते थोर कविवर्य बिचारे सर्द झाले. ते यावर काय बोलणार? कुणी तरी म्हणाले, "हे महाराष्ट्रातले फार मोठे कवी आहेत –"

"अस्सं! कविता-बिविता मी काही कधी वाचीत नाही –" असे म्हणून जिल्हाधिकारी निघून गेले. आत्ता ज्यांच्याशी ओळख झाली ते मराठी सारस्वतातील दोन महारथी आहेत, याचा त्यांना काहीही पत्ता नव्हता. अशी माणसेही आपल्या परीने थोरच नाही का?

हा वृत्तांत पुढे पुष्कळांना ठाऊक झाला. पु. ल. देशपांडे यांच्या नावावर कुणीतरी पुढील हकीकतही खरी म्हणून सांगितली. 'तुम्ही काय करता?' असा प्रश्न जिल्हाधिकाऱ्यांनी दोघांनाही विचारला. तेव्हा पु. ल. म्हणाले, "हे छत्र्या दुरुस्त करतात आणि मी भांड्यांना कल्हई लावतो!....."

मित्रहो, गप्पांगण संपले. आता तरी आमची ओळख असू द्या.

*

खडे आणि ओरखडे

द. मा. मिरासदार

राजकारण हे काही मिरासदारांचे क्षेत्र नाही. दैनंदिन राजकारणाशीही त्यांचा संबंध नाही. दैनंदिन वृत्तपत्रे वाचून आणि क्वचित प्रसंगी राजकीय नेत्यांची भाषणे ऐकून सामान्य माणसाला जे काही राजकारणाचे ज्ञान होते, तेवढेच त्यांचे ज्ञान आहे; पण पिंड विनोदी लेखकाचा आहे. माणूस नावाच्या प्राण्याबद्दल प्रचंड कुतूहल आहे. राजकारणातील माणसाकडेही याच कुतूहलाने ते पाहतात. त्यामुळे या क्षेत्रातल्या अनेक प्रकारच्या विसंगती आणि हास्यकारक घटना, वक्तव्ये याकडे त्यांचे लक्ष जाते. त्यातूनच या स्वरूपाच्या लेखनाचा किंवा टीकाटिप्पणीचा जन्म झाला. विडंबन, उपहास, अतिशयोक्ती, उपरोध या विनोदाच्या भात्यातील अस्त्रांचा वापर यात त्यांनी विपुलतेने केला आहे.

* * *